वाचनातून आनंद लेखमाला

हसती खेळती बायको

लेखक

सुधीर करंदीकर

हसती खेळती बायको
Hasati Khelati Bayako

© सुधीर रामकृष्ण करंदीकर

लेखक :
सुधीर रामकृष्ण करंदीकर
७, गीतगंगा सोसायटी, कर्वे नगर
पुणे ४११०५२
मोबाईल 9225631100
ईमेल <srkarandikar@gmail.com>

डीटीपी / टाईपसेटिंग : सुधीर रामकृष्ण करंदीकर

प्रकाशक : Sudhir Karandikar Publishing

प्रथम आवृत्ती : 21/06/2024

मुखपृष्ठ : श्री अनिल कुलथे

प्रिंटिंग : Repro India Limited

डिस्ट्रिब्यूशन : Repro Books Limited

ISBN : 978-93-340-7483-3

किंमत : 249/-

सप्रेम सादर

वाचनातून आनंद या लेखमालेचा "हसती खेळती बायको"
हा भाग
माझे आदरणीय वडील कै रामकृष्ण श्रीधर करंदीकर आणि
आदरणीय आई कै मंदाकिनी रामकृष्ण करंदीकर यांच्या स्मृतीस
सादर करतांना मला विशेष आनंद होत आहे.
ही लेखमाला बघून त्यांना किती आनंद झाला असता आणि त्यांना
माझे किती कौतुक वाटले असते, हे मी कल्पनेनी अनुभवतो आहे.
आणि हा माझ्याकरता मोठ्ठा ठेवाच आहे.

विशेष आभार

पुस्तकाचे प्रिंटिंग / डिस्ट्रिब्यूशन याकरता मुंबईचे Repro India आणि Repro Books आणि Amazon यांचे मनापासून आभार.

सुंदर मुखपृष्ठ करणारे नाशिकचे चित्रकार श्री अनिल कुलथे यांचे खूप आभार. गुगलची पण खूप आणि छानच मदत मिळाली.

मुली मनीषा आणि दीप्ती, जावई, नातेवाईक आणि मित्रमंडळी यांची मदत तर कायम लागतच असते आणि ती मिळतच असते. हे पुस्तक पूर्ण करतांना पण यांची मदत वेळोवेळी मिळत गेली. सगळ्यांचे आभार.

लिहिलेल्या लेखांचे डीटीपी करणे, पेज सेटिंग करून सगळे लेख पुस्तक प्रिंटिंग स्टेज पर्यंत नेणे / लेखांकरता योग्य चित्रे मिळवणे आणि ती लेखांशी जोडणे / लेखांच्या खाली चारोळ्या आणि छान विचार यांचे सादरीकरण करणे / पुस्तकाकरता ISBN नंबर मिळवणे, हे सगळे ईश्वर कृपेनेच मला शक्य झाले.

बायकोचे विशेष आभार, कारण तिच्याकडे बघूनच पुस्तकाचे शीर्षक सुचले - हसती खेळती बायको.

धन्यवाद

मनोगत

वाचक मंडळींना मनापासून नमस्कार. वाचनातून आनंद या लेखमालेचा तिसरा भाग “हसती खेळती बायको” आपल्यापुढे सादर करतांना मला खूप आनंद होत आहे आणि मस्त तर वाटत आहेच. वाचक मित्र / मैत्रिणी आणि नातेवाईक यांच्या प्रोत्साहनामुळेच हा अंक तयार झाला, हे मात्र नक्की.

बाहेर पडलो कि काहीतरी आगळं वेगळं दिसतच असतं. रोजच्या व्यवहारात काहीतरी आगळे वेगळे अनुभव येतच असतात. मित्र मैत्रिणी, नातेवाईक, वाचक मंडळी यांच्याशी गप्पा टप्पा मारतांना काहीतरी आगळी वेगळी माहिति मिळतच असते. आणि या सगळ्यांमध्ये मला नवीन नवीन लेखांना विषय सापडतात. मग लिहिलेले लेख निरनिराळ्या माध्यमांमधून वाचकांपर्यंत पोहोचवणे, काही वाचकांकडून ते त्यांचा ग्रूप्स वर फॉरवर्ड होणे, काही ठिकाणी ते छापून येणे, नंतर ओळखीच्या आणि अनोळखी वाचकांकडून फोन येणे / वॉट्स अप वर / फेसबुकवर / ईमेलवर अभिप्राय येणे, नंतर माझी त्यांना उत्तरे, अशी माझी लिखाणातून आनंदयात्रा सुरु आहे.

पुण्याचे ज्येष्ठ प्रज्योत, अभियंता मित्र या मासिकांमध्ये माझे लेख नेहेमीच छापून येतात. लोकसत्ता, महाराष्ट्र टाईम्स, काही दिवाळी अंक, यामध्ये पण लेख छापून येतात. त्यामुळे वाचकांचा परीघ वाढतो आहे. अनोळखी लोकांचे फोन येतात आणि त्यामुळे मित्रपरिवार पण वाढतो आहे. या प्रसार माध्यमांचा मी खूप आभारी आहे.

प्रकाशित होणारे माझे हे तिसरे पुस्तक आहे. आधीची दोन पुस्तके - १) म्हैस आणि २) काही आहे का ? काही आहे का ? यांना वाचकांकडून छान प्रतिसाद मिळत आहे. हे पुस्तक पण वाचकांच्या पसंतीस उतरेल अशी आशा आहे.

फुरसतीच्या वेळेत, छोट्या - मोठ्या ब्रेकमधे तुम्हाला यामधले लेख वाचायला नक्कीच आवडतील. जोडलेली चित्रे, चारोळ्या, आणि छान

विचार पण वाचकांना नक्कीच आवडतील. आपण काही सुधारणा सुचवल्या तर त्या मला नक्कीच आवडतील. आपला अभिप्राय वाचायला तर छानच वाटेल आणि आवडेल पण.

जवळच्यांना भेट देण्याकरता पण तुम्हाला हि पुस्तके नक्कीच आवडतील. या आणि आधीच्या पुस्तकांबद्दल तुमच्या मित्रमंडळींना तुमच्या ग्रुप्सवरून कळवले तर छानच !

पुस्तके ॲमेझॉन वर उपलब्ध आहेत. ॲमेझॉन साईटवर sudhir karandikar टाईप केल्यास माझी पुस्तके दिसतात आणि ऑर्डर करता येतात. मला फोन करून आपला पत्ता कळवल्यास मी ऑर्डर करू शकतो. पुस्तके ३ - ४ दिवसात आपल्या घरी हजर होतात. डिलिव्हरी चार्ज लागत नाही. वेळ मिळेल तेव्हा किंवा वेळात वेळ काढून पुस्तकं वाचणारी मंडळी नेहेमीच आनंदी असतात आणि उत्साही असतात.

असं म्हणतात - Regular readers sleep better, have lower stress levels, have higher self-esteem, and have lower rate of depression than non - readers.

अनुक्रमणिका

अधेमधे पेरलेल्या चारोव्व्या आणि छान विचार पण आवडतील

हसती खेळती बायको

हसतीखेळती बायको आपल्या घरात असणं हे केवढं मोठं वैभव आहे, हे बऱ्याच जणांना कळतच नाही. बऱ्याच जणांना ते उशिरा कळतं आणि वळतं. काही जणांना कळतं, पण तेव्हा खूप उशीर झालेला असतो.

घरातली स्त्री हसतीखेळती असेल, खुश असेल, तर घराच्या भिंती खुश असतात, घरातली वास्तुदेवता खुश असते आणि देवघरातील देव पण खूष असतात. आणि यामुळे घराला घरपण येतं आणि घरातलं वातावरण आनंदी राहतं. "आनंदी आनंद गडे जिकडे तिकडे चोहीकडे", असेच वातावरण अशा घरांमधे कायम असते.

हे इतकं सोपं असूनही बहुतेक घरांमध्ये आनंदी आनंद का नसतो, ताण-तणाव का असतात ! याचं उत्तर लक्षात आले असेलच !

सकाळी उठल्यानंतर चहा पितांना पेपर वाचू नका, बातम्या ऐकू नका, मोबाईल वर फेसबुक - व्हाट्सअप बघू नका. चहा पितानांची वेळ बायको करता रिझर्व ठेवा. आपण बातम्या थोड्या उशिरा वाचल्या, तर कुठेही आकाशपाताळ एक होणार नसते. आपण बातम्या थोड्या उशिरा ऐकल्या, तर त्यामुळे आपल्यावर कुठलेही संकट कोसळणार नसते,

आणि घडलेल्या घटना बदलणार नसतात, हे अगदी सरळ आहे. वाटल्यास दोन दिवस अनुभव घेऊन बघा. आपल्याकडे म्हण आहे - देर आये दुरुस्त आये. नंतर मात्र चहा पितानांची वेळ बायको करता रिझर्व म्हणजे रिझर्व.

चहा पितांना बायकोशी चार गप्पा करा, चहा छान झाला असेल तर तसे सांगा. काल गेलेल्या दिवसातल्या चांगल्या घटनांची थोडी उजळणी करा. मुलांबद्दल गप्पा मारा, सासु सासऱ्यांबद्दल गप्पा मारा, बायकोचे आईवडिल - भाऊ बहीण यांच्या बद्दल गप्पा मारा. तिचं ऑफिस - आपलं ऑफिस यावर थोडं बोलता येतं. काही चांगले लेख वाचण्यात आले असतील, तर ते शेअर करा. वगैरे वगैरे वगैरे वगैरे ....

रविवारी किंवा सुट्टीच्या दिवशी सगळेच घरी असतात. अंघोळ झाल्यानंतर सगळेच फ्रेश दिसतात, छान दिसतात. आज एकदम मस्त दिसतेस, असं बायकोचं कौतुक करा. बायकोच्या एखाद्या ड्रेसचं कौतुक करता येतं, एखाद्या साडीचं कौतुक करता येतं.

बायकांना झोके खेळायला आवडतं. ती त्यांची हौस पूर्ण करणे सोपे असते. अधून मधून जेवणामधे एखाद्या आयटमची फरमाईश करा. आमटीत थोडं मीठ जास्त झालं असेल, तर भाजी छान झाली आहे, असं भाजीचं कौतुक करा.

बायकांना कॅरम खेळायला आवडतं. बायकोबरोबर सुटीच्या दिवशी कॅरम खेळा आणि बायकोला जिंकू द्या. बायको आठवडाभर खूश राहील.

बायको कडे बघून - "हमे और जीने की, चाहत ना होती, अगर तुम ना होते, अगर तुम ना होते". हे गाणं म्हणून बघा.

किंवा

"जो तुमको, हो पसंद, वही बात कहेंगे,
तुम दिन को अगर रात कहो, रात कहेंगे", हे गाणं म्हणून बघा.

एखाद्या दिवशी बायको म्हणतेय म्हणून दिवसाला रात्र म्हटलं किंवा रात्रीला दिवस म्हटलं तर स्वतःला काही फरक पडणार आहे का?

उत्तर आहे -- नाही. पण बायको खुश होणार हे नक्की.

घरातली स्त्री खुश असेल - हसती खेळती असेल, तर घरामधले सगळेच खुश असतात, आनंदात असतात. म्हणजेच आपल्या घरामध्ये - आनंदी आनंद गडे जिकडे तिकडे चोहीकडे. आयुष्यात आपल्या सगळ्यांना अजून काय पाहिजे असतं !

पृथ्वीला प्रदक्षिणा मारण्याची कार्तिकेय बरोबरची खडतर शर्यत गणपतीने आई-वडिलांना प्रदक्षिणा करून जिंकली होती. तसाच बायकोला हसती खेळती ठेवण्याचा हा अगदी सोपा मार्ग आहे.

चला तर मग, आयुष्याची शर्यत जिंकण्याचा सोपा मार्ग आपल्याला सापडला आहे. शुभ काम मे देर नही करते.

असं म्हणतात : Happy Spouse - Happy House,

Happy Wife - Happy Life,

* *

बायको आणि BMW कार

गोष्टीचं नाव वाचून काहीच संदर्भ लागणार नाही. पण पूर्ण गोष्ट वाचली कि संदर्भ नक्कीच लागेल.

बीएमडब्ल्यू कार ही तिच्या अवाढव्य किमतीमुळे फारच कमी लोकांकडे दिसते. पण बरीच शौकीन मंडळी लोन वगैरे काढून अशा गाड्यांची मजा घेत असतात. आणि मोठी मोठी टार्गेट ठेवणारी मंडळी नेहेमीच उंच उंच जात असतात, हे आपण बघतोच.

मध्यंतरी मुंबईला राहणारा आणि स्वतःसमोर मोठी टार्गेट ठेवणारा आणि बिनधास्त स्वभावाचा आमचा भाचा अभिजित यानी नवीन BMW कार घेतली. काही दिवसांपूर्वी त्याचा फोन आला -

अभिजित : काका, पुढच्या आठवड्यात आपल्याला अमरावतीला कार्यक्रमाकरिता जायचे आहे. तुम्ही तयार राहा. तुम्हाला पिक-अप करून सगळे बरोबर जाऊ

मी : अरे, मला काही कामामुळे यायला जमणार नाही, ऋता (म्हणजे बायको) नक्की येईल

दोन दिवसांनी आमच्या गेट समोर BMW हजर. गाडीची खासियत बघण्याकरता मी एक छोटा राउंड मारून आलो. बायको तयारच होती. अभिजित ची फॅमिली मागच्या सीटवर शिफ्ट झाली आणि बायकोला समोरची सीट दिली. अभिजीतनी गाडी सुरु केली, मी बाय बाय केले आणि कार अमरावतीकडे निघाली.

BMW मधे बायकोला समोरच्या सीट वर बसलेले बघून क्षणभर मला वाटले, की तीच कार चालवत आहे आणि मी भूतकाळात गेलो ~~~~

बरीच जुनी गोष्ट आहे. त्यावेळेस माझ्याकडे मारुती व्हॅन ही गाडी होती. एकदा सुटी घेऊन आम्ही दोघं कारनी नागपूरला निघालो होतो. नगरला चहा प्यायला थांबलो. जातांना शेगावला दर्शन घेऊन पुढे जायचे असे ठरले होतेच. बायकोकडे कारचे लायसन्स होतेच आणि अधून मधून ती कार चालवायची. तिथून पुढे शेगांव पर्यंत गाडी बायकोनी चालवली. ती गाडी छानच चालवते. शेगावला आरामात पोहोचलो. पार्किंग मध्ये गाडी लावली आणि खाली उतरलो. कुणाचेही लक्ष वेधून घेईल अशी निळसर शेडची BMW कार आमच्या गाडीच्या बाजूलाच पार्क केलेली होती. तेव्हा BMW अगदीच क्वचित दिसायची. आम्ही दोघांनी कारभोवती फिरून गाडी जवळून बघण्याचा आनंद घेतला. बायको गाडीचं मनापासून कौतुक करत होती.

मंदिरात गेलो, छान दर्शन झाले, प्रसाद घेतला आणि बाहेर पार्किंगमध्ये आलो. मी गाडीची किल्ली बायकोला देण्याकरता हात पुढे केला आणि विचारलं - पुढे पण चालवणार का ?

बायको : नाही, तुम्हीच चालवा

मी : ठीक आहे. पुढच्या ब्रेकला जेव्हा थांबू, त्यानंतर तू चालवं.

बायको : मी आता ठरवलं आहे, कि, यापुढे मी गाडी चालविन तर फक्त BMW.

मला वाटलं ही गमतीने म्हणत आहे. पुढे काही अंतर गाडी मी चालवली. नंतर तिला म्हटलं - आता चालवायची आहे का ?
यावर बायकोचं आधीचंच उत्तर - मी गाडी चालविन तर फक्त BMW.

आणि नंतर तिनी तिचं म्हणणं खरं केलं - त्या प्रवासामधे आणि नंतर तिनी कधीच कार चालवली नाही, कारण मी BMW आणणार कुठून ! मारुती व्हॅन नंतर मी इंडिका घेतली, नंतर टाटा नॅनो घेतली, पण तिला केंव्हाही विचारलं तर तीचं एकच उत्तर - मी गाडी चालविन तर फक्त BMW.

फोनची रिंग वाजली आणि मी भूतकाळातून बाहेर आलो. फोन अभिजीतचा होता.
अभिजित : काका, मावशी बीएमडब्ल्यू खूप एन्जॉय करते आहे.

मी त्याला मागे शेगावला गेलो होतो तेव्हाची BMW बद्दलची घटना सांगितली. ती ऐकून अभिजित म्हणाला - मी मावशीला विचारतो, कि, ही कार चालवते का ? त्यांनी फोन स्पीकरवर टाकला . . . .
अभिजित : मावशी, तुला BMW चालवायची आहे ना ! मी गाडी पुढे थांबवतो आणि तू ड्रायव्हर सीटवर बैस.
बायको : चालवायला मला नक्कीच आवडेल. पण कित्येक वर्षात मी कार चालवली नाही
अभिजित : तू ड्रायव्हिंग लायसन्स बरोबर आणलं आहे ना !
बायको : आणलं आहे. पण आता कार चालवता येईल का ते माहित नाही
अभिजित : मावशी सायकल चालवणे, पोहणे, कार चालवणे, ह्या गोष्टी एकदा शिकल्यानंतर आपण कधीही विसरत नसतो. आणि ही कार तर पूर्ण ऍटोमॅटिक आहे. आपल्याला डावीकडे वळायचं असेल, तर आपण लेफ्ट म्हणायचं - आपोआप डावा साईड इंडिकेटर लागतो आणि वळल्यानंतर तो आपोआप बंद होतो. गाडीच्या समोर काही अंतराच्या आत कुणी आले तर आपोआपच हॉर्न वाजतो. किंवा आपण हॉर्न म्हणायचं - आपोआप हॉर्न वाजतो. आपल्या समोरच्या गाडीचा स्पीड कमी झाला

तर आपल्या गाडीचा स्पीड आपोआप कमी होतो आणि मागचा लाल दिवा ब्लिंक करतो. त्यामुळे गाडी बिनधास चालवं. आता शेगाव साधारण दोन तास आहे. गाडी साईडला घेतो, चहा पिऊ आणि पुढे गाडी तू चालवं.

मोबाईलचा स्पीकर सुरु असल्यामुळे मला सगळे संभाषण ऐकू येत होते.. मला पण उत्सुकता होतीच बायकोच्या BMW चालवण्याबद्दल.

त्यांचा चहा झाला आणि बायको ड्रायव्हर सीटवर बसली. अभिजीतने मोबाईलचा व्हिडीओ सुरु केला. बायकोनी गाडी सुरु केली आणि २ मिनिटातच गाडीने ६० चा स्पीड घेतला.

अभिजित : काका, मावशी अगदी एक्सपर्ट ड्रायव्हर असल्यासारखी गाडी चालवते आहे. कमाल आहे.

बायकोला तिच्या सुप्त इच्छेप्रमाणे आज चक्क BMW चालवतांना बघून मला खूपच आनंद झाला.

शेगावला पोहोचल्यानंतर अभिजित चा फोन आला - काका, मावशीनी गाडी एकदमच प्रोफेशनल ड्रायव्हर सारखी चालवली. आम्ही तिचे ड्रायव्हींग एन्जॉय केले.

दर्शन आणि प्रसाद घेऊन ते अमरावतीकडे निघाले आणि नंतर कार्यक्रम आटोपून सगळे परत आले. इथे आल्यानंतर अभिजीत म्हणाला - काका, आमच्या परतीच्या प्रवासात मावशीच जवळजवळ सर्व वेळ गाडी चालवत होती. त्यामुळे मी बाजूला बसून आरामात होतो.

काही दिवसांनंतर आम्हाला बावधन ला जायचे होते. मी नॅनो बाहेर काढली, ड्रायव्हर सीट वर बसलो. तेवढ्यात बायको म्हणाली - किल्ली द्या. मी गाडी चालवते.

मी : बाईसाहेब, ही नॅनो आहे, BMW नाही

बायको : माझी BMW भरपूर चालवून झाली आहे. आता - "मी गाडी चालविन तर फक्त BMW", ही माझी अट आता संपली आहे .....

~ ~ ~ ~ ~ ~ ~ ~ ~ * * * ~ ~ ~ ~ ~ ~ ~ ~ ~ ~

Do it Right first time

माझ्या स्कुटरचा हेड लाईट ७ - ८ दिवसांपासून बिघडला होता. रोज बावधनहून घरी येतांना अंधार झालेला असतो, त्यामुळे हेड लाईट शिवाय गाडी चालवणे, जरा किंवा चांगलेच रिस्की वाटायचे. आळस केंव्हातरी अंगाशी येतोच - येतो, असं आपण मानतो. कल करे सो आज कर, वगैरे, अशा सगळ्या म्हणी मला पाठ आहेत. तरीही रिपेअर करायला मुहूर्त लागत नव्हता. आणि टाळाटाळ करण्याचं शुल्लक कारण होतं, आणि, ते म्हणजे, माझ्या नेहेमीच्या मेकॅनिकचे दुकान, माझ्या रोजच्या जाण्या - येण्याच्या रस्त्याच्या विरुद्ध बाजूला होते.

त्यामुळे, लाईट दुरुस्त करायचा, म्हणजे सकाळी त्याच्याकडे गाडी न्यायची, तो म्हणणार, साहेब तासाभरानी या, करून ठेवतो. चालत घरी यायचं. तो वेळेत करून ठेवेल, यावर आपला कधीच विश्वास नसतो. म्हणून आपण त्याला फोन करणार, 'झालीय का'. मग चालत जाणार आणि गाडी आणणार. दिव्यासारख्या किरकोळ कामाकरता इतके सोपस्कार नकोत, म्हणून, 'आज करे सो कल कर, आणि कल करे सो परसो कर ' असा माझा उलटा प्रवास सुरु होता.

काल रविवार होता. दुपारी आमचे युरोप मित्र श्री नेरकर यांच्याकडे गेलो होतो. घरी परत येतांना लक्षात आलं, की, मेकॅनिकचे दुकान याच रस्त्यावर आहे. विचार केला, की, गाडी त्याच्याकडे टाकू, रिपेअर होईपर्यंत इकडे - तिकडे बघू, टाईम पास करू. बायको घरी चालत जाईल. 'कल करे सो आज कर, आणि आज करे सो अभी', असा विचार पक्का झाला. कार्पोरेशन बँकेजवळ पोहोचलो आणि लक्षात आलं, की, इथे एक स्पेअर पार्टचं दुकान आहे आणि तिथे मेकॅनिक पण असतो. विचार बदलला. इथेच गाडी टाकली तर काम लवकर होणार, हे नक्की.

ऋता चालत घराकडे निघाली, मेकॅनिकला लाईटबद्दल सांगितले. त्यानी चेक केले आणि म्हणाला स्विच बदलावा लागेल. मी पैसे विचारले आणि दुकानात पैसे देईपर्यंत, यानी स्विच काढला - नवीन बसवला, म्हणाला साहेब गाडी झाली, घेऊन जा. जुना स्विच त्यानी माझ्या हातात दिला.

मी : (सवयीप्रमाणे विचारलं) गाडी चालू करून लाईट लागतो, हे चेक केले ना ?

मेकॅनिक : साहेब, त्याची काही गरज नाही. गाडी चालवतांना अंधार पडला, की, बटन ऑन करा. लाईट लागणार

मी : एकदा चेक तर करून घ्या

मेकॅनिक : साहेब, दुकानात सगळा माल ओरिजिनल असतो. त्यामुळे मालावर माझा पूर्ण विश्वास आहे. काम करतांना, काम आणि मी, यामध्ये

इतर काहीही विचार मी कधीच मनात आणत नाही. त्यामुळे Always do it right, first time हा माझा मोटो आहे. काम चुकायची गुंजाईश - झिरो.

मी (मनांत) : हा माणूस आपल्यापेक्षा खूपच वर पोहोचलेला दिसतोय.

मी मेकॅनिक ला थँक्स म्हणालो आणि गाडी सुरु केली. अजून लख्ख उजेड होता, पण सवयीप्रमाणे, माझा अंगठा लाईटच्या बटनावर गेला, की, निघण्यापूर्वी लाईट लावून बघावा म्हणून. पण लगेच विचार आला, की, मेकॅनिक ला बटणाच्या क्वालिटीवर आणि स्वतःच्या कामावर इतका विश्वास आहे, तर मला त्याच्या कामावर विश्वास ठेवायला काय हरकत आहे. माझा अंगठा आपोआप मागे आला. तेवढ्यात एका जवळच राहणाऱ्या मित्राचा फोन आला, थोडावेळ घरी येऊन जा, एक स्पेशल डिश आहे.

मित्राकडून निघतांना चांगलाच अंधार पडला होता. गाडी सुरु केली. लाईट चे काम झाले आहे, हे माहित होते. बटन सुरु केलं आणि लाईट सुरु. मेकॅनिक बद्दल तोंडातून आपोआप शब्द आले - What a level of confidence !

घरी आल्यानंतर, मेकॅनिकचे, "काम करतांना, काम आणि मी, यामध्ये इतर काहीही विचार मी मनात आणत नाही", "Always do it right, first time हा माझा मोटो आहे. त्यामुळे काम चुकायची गुंजाईश - झिरो", हे शब्द मनात घुमायला लागले. आणि मी भूतकाळात गेलो — — —

* कुणाच्या खात्यात बँकेत चेक भरायचा असेल, तर चेक लिहिल्यानंतर मी २ - ३ वेळा सगळे बरोबर आहे ना ! हे चेक करतो आणि बँकेत चेक बॉक्स मध्ये टाकण्यापूर्वी पुन्हा बघतो, कि, काही चुकले तर नाही ना !

* घराला कुलूप लावून बाहेरगावी जायचे असेल, तर ५-६ वेळा तरी कुलूप ओढून बघतो. नंतर गाडीत बसल्यानंतर काही वेळा मनात

रुख-रुख राहते, की, कुलूप बरोबर लागलय ना, कार्पोरेशन चा पाण्याचा नळ बघायचा राहिला आहे - सुरु राहिला असेल तर काय होणार

* कार लॉक करून आपण घरात येतो आणि मनात पाल चुकचुकते कि पार्किंग लाईट ऑन तर नसतील

* एकदा आम्ही मित्र कारनी बाहेरगावी निघालो. थोडं पुढे गेलो आणि एक जण म्हणाला, गाडी मागे घे. दाराला बाहेरून कुलूप लावले आहे का नाही, आठवत नाही. संध्या चोऱ्या खूप होतायत. एक जण म्हणाला, बाहेरून एक्स्ट्रा कुलूप लावणे जास्त अनसेफ आहे. चोरांना खात्री असते, की, आत कुणी नाही आणि आपला मार्ग मोकळा आहे. लॅच चे कुलूप जास्त सेफ आहे, काळजी करू नको. पण मित्राला ते पटले नाही. आम्ही कार वळवली. घरी गेलो. कुलूप व्यवस्थित होते. तरी मित्रानी २-३ दा ओढून बघितले आणि आम्ही निघालो.

* बऱ्याच वेळा आपण छोटा मोठा प्रवास करून, एखाद्या जागृत देवस्थानाला जातो. आत जातांना काहीतरी इच्छा घेऊनच आत जातो. मुद्दाम पूजेचे साहित्य विकत घेतो, फुलं घेतो. आत गेल्यावर व्यवस्थित दर्शन होतं. प्रसन्न मनानी आपण बाहेर पडतो. आणि मंदिराच्या बाहेर पडल्यावर लक्षात येतं, की, अरे, देवाकडे जे मागण्याकरता आपण इथपर्यंत आलो होतो, ते तर मागायचंच राहीलं .

अशी भली मोठी यादी नजरेसमोरून जायला लागली. माझ्यासारखे अजून बरेच 'मी' नक्कीच असतील. आणि सगळ्यांचे असेच वेगळे वेगळे अनुभव पण असतील. या आपल्या अशा सवयीमुळे, वेळ तर वाया जातोच जातो आणि ताणतणाव पण वाढतात. जेवतांना कधी जोरदार ठसका लागतो, कधी पाय घसरून पडायला होतं, कधी भाजी चिरतांना चाकू हाताला लागतो, अपघात होतात, तब्येत बिघडते वगैरे, वगैरे.

आणि या सगळ्याचं कारण काय? तर, कहींपे निगाहे - कहींपे निशाना आणि Not doing things Right, at first time. 'जहापे निगाहे

- वहींपे निशाना' हे जर जमवलं, तर काहीच कठीण नसतं. ह्याच आधारावर स्वयंवर जिंकल्याचं महाभारतामधलं उदाहरण आहेच. आणि त्याकरता गरज आहे - मन लावून काम करण्याची - हातातले काम आणि मी, यामध्ये इतर विचार न आणण्याची. असं म्हणतात, आंघोळ करत असाल तर - फक्त मी आणि आंघोळ यावर लक्ष ठेवा, जेवत असाल तर - समोरचे चविष्ट अन्न चावून खाणे आणि मिळणारा आनंद यावर लक्ष केंद्रित करा. टीव्ही बघत असाल तर फक्त टीव्ही एन्जॉय करा. टॉयलेट ला गेला असाल तर फक्त तेच - फोन नाही / फेस बुक नाही. एका वेळेस एकच काम आणि ते पण मन झोकून.

मी मनात खूणगाठ बांधली, की, या क्षणापासून Do it right - First time चा अवलंब करायचा. रोज सकाळी उठल्यावर मेकॅनिकचे विचार, श्लोक म्हटल्यासारखे १० वेळा म्हणायचे. रोज रात्री झोपण्यापूर्वी मेकॅनिकचे विचार, श्लोक म्हटल्यासारखे १० वेळा म्हणायचे, म्हणजे ते अंतर्मनात रुजतील. असं सांगतात, की, एखादी गोष्ट सतत ३० दिवस केली, तर ती सवय लागते आणि ६० दिवस केली, तर तो स्वभाव बनतो.

आणि मग एक दिवस, आपलेच अंतर्मन, आपल्या Do it right - First time सवयींकडे बघून म्हणेल - What a level of confidence !

सुचलेला छान विचार - प्रेम कहानी या सिनेमात एक सुंदर गाणं आहे -
फूल आहिस्ता फ़ेको,
फूल बडे नाजूक होते है ...
नाते संबंध आणि मैत्री संबंध हे फुलांसारखेच नाजूक असतात. म्हणून -
कधी हसून कधी रूसून, आपली नाती आणि मैत्री बांधून ठेवावी ।
प्रेमाच्या बोलांनी आणि आनंदानी सगळी नाती जपून ठेवावीत ॥

सकाळचे फिरणे

आमच्या सकाळच्या फिरण्याच्या रस्त्यावर काही नाही, असं काहीच नाही. मॉल आहे, थिएटर आहे, जिम आहे, छोटी मोठी हॉटेल्स आहेत, बँक आहेत, एटीएम आहेत, बहुतेक सर्व देवतांची मंदिरे आहेत, सर्व वस्तूंची दुकाने आहेत, चहाची / खाण्याची छोटी टपरीवजा दुकाने आहेत, दारूची दुकाने आहेत. आणि हे सगळे असुनही, चालतांना ट्रॅफिक चे टेन्शन नाही.

पूर्ण रूटवर फुटपाथ आहे, कुठेही रहदारीचा रस्ता क्रॉस करावा लागत नाही. त्यामुळे इथे रस्ता क्रॉस करतांना म्हैस असती, तर बरे झाले असते, अशी म्हशीची उणीव पण भासत नाही. सकाळी रस्त्यावर तसा ट्रॅफिक

बेताचा असल्यामुळे, फुटपाथवर बाइकवाल्यांची वर्दळ सुरु व्हायची असते. त्यामुळे आपल्याला आवडेल, त्या स्पीडनी आपण फिरण्याचा आणि व्यायामाचा आनंद घेऊ शकतो. फिरायला बाहेर पडलो, कि, रस्त्यावरच्या प्रत्येक ठिकाणचा वेगळा माहोल, वेगळी वेगळी पब्लिक बघायला मिळते. व्यायाम म्हणून पळणारे / सायकल चालवणारे भरपूर जण रस्त्यावर दिसतात. काही जण फुटपाथवर व्यायाम करत असतात. रस्त्यावर बऱ्याच ठिकाणी बसायला बाक ठेवले आहेत. त्यावर बसून प्राणायाम करणारे, विश्रांती घ्यायला बसलेले बरेच जण दिसतात.

कुत्र्याला फिरायला आणणारे पण बरेच स्त्री -पुरुष कुत्र्याबरोबर गप्पा मारत मारत चालतांना एन्जॉय करत असतात. चहाच्या दुकानांवर वयस्कर स्त्री-पुरुषांचे ग्रुप गप्पा - हसणे - चहा यामध्ये मग्न असतात आणि मजा करत असतात. रस्त्यावरचे बरेच दुकानदार आणि फिरणारे यांच्याशी आता तोंडओळख झाली आहे. या रस्त्यावरच्या मित्रांना हाय - हॅलो करत करत फिरायला मजा येते. घरून निघाल्यापासून तासभर फिरणे केंव्हा संपते, ते कळतंच नाही. कधी कधी फिरतांना मारुती मंदिराजवळ मनवा आणि मेघना या मैत्रिणी भेटतात, हा बोनस पण असतो.

आमच्या रस्त्यावरची बरीचशी चहाची दुकाने, आम्ही फिरत असतो तेव्हा उघडत असतात. आणि सगळ्याच दुकानांवरचे द्रुश्य म्हणजे, दुकानदार पहिल्या चहाचा एक कप दुकानासमोर रस्त्यावर आणून ओततात आणि मग गिऱ्हाईकांना चहा देणे सुरु होते. चहा करता पैसे मोजू शकत नाहीत, असे पण बरेच लोक रस्त्यावर हिंडत असतात. अशांना हे दुकानदार पहिला कप का देत नाहीत, असा पण विचार येतो. पहिला चहा रस्त्यावर ओतणे, ही श्रद्धा आहे, का अंधाश्रद्धा आहे ? असा चहा फेकावा का ? वगैरे.

हे खरंतर ज्याचे त्याचे विचार आहेत. आपण यावर फार विचार करण्यात अर्थ नसतो. आपल्या मनाचा फोकस नेहेमीच इतरांनी काय करावे आणि काय करू नये यावर असतो आणि त्यामुळे आपण आपलेच ताणतणाव वाढवत असतो. रस्त्यावरचा बेशिस्त ट्रॅफिक बघून पण, आपण असाच आपला ताणतणाव वाढवत असतो. आपण काय करावे आणि

काय करू नये यावर फोकस केले तर रिझल्ट हमखास मिळतोच आणि ताणतणाव पण येत नाहीत, हे मला रस्त्यावरच्या फिरण्यामुळेच शिकायला मिळाले.

रस्त्यावर पहिला चहा ओतण्याची एक जुनी गोष्ट सांगतात - एक आटपाट नगर होतं. एका रस्त्याच्या कडेला फुटपाथवर छोटं टपरीवजा चहाचं दुकान होतं. दुकान उघडतांनाच एक जण सायकलवर आला आणि चहा मागितला. पाहिलंच गिऱ्हाईक म्हणून दुकानदार खुश. चहा घेऊन तो देण्याकरता थोडा पुढे गेला आणि बाजूनी चालणाऱ्या माणसाचा धक्का लागून त्याचा हातातला चहाचा ग्लास खाली पडला. चहा म्हणजे आपली देवता, ती आपल्या हातून रस्त्यावर पडली म्हणून दुकानदार नाराज झाला आणि वर बघून माफी मागायला लागला / कान धरायला लागला.

सायकलवाल्यानी दुकानदाराच्या मनाची घालमेल ओळखली आणि म्हणाला, "दादा, नाराज होऊ नका, आजचा पहिला चहा धरणीमातेला अर्पण केला असे समजा आणि जोमाने कामाला लागा. आज धंदा कसा होतो ते मला उद्या सांगा". आश्चर्य म्हणजे धंदा खरंच दुप्पट झाला. दुसऱ्या दिवशी, दुकानदारांनी, अर्थातच पहिला चहा रस्त्यावर ओतला आणि दुसरा चहा सायकलवाल्याला दिला. आणि हे चक्र फिरत - फिरत सगळ्याच चहावाल्यांपर्यंत पोहोचले. काळ बदलत गेला, ही कथा काळाच्या पडद्याआड गेली आणि फक्त पहिला चहा रस्त्यावर ओता, हे कथेचं शेपूट सगळ्या काळांमधून सरकत सरकत 'परंपरा / रूढी' असे लेबल घेऊन, आज पर्यंत येऊन पोहोचले. असो,

आज निघायला थोडा उशीर झाला, रस्त्यावरचे दारूचे दुकान नुकतेच उघडले होते. दुकानदार ग्लास मध्ये दारू घेऊन बाहेर आले, चहा ओततात, तशीच त्यांनी दारू रस्त्यावर ओतली आणि दुकानात गेले. हा प्रकार मला एकदम नवीन आणि विश्वास न बसणारा होता. हा काय प्रकार आहे, हे कल्पना करून समजण्यासारखे नव्हते. दुकानदाराशी संवाद साधूनच याचे उत्तर मिळणार होते.

मी (मनात) : तुम्ही रस्त्यावर दारू का ओतता ? असा प्रश्न दुकानदाराला विचारणे बरोबर नव्हते. तुम्हाला काय करायचे, असे उत्तर त्याच्याकडून आले, तर, आपलीच पंचाईत ! या दुकानात मिळणार नाही अशा दारूची चौकशी करायला पाहिजे. दुकानाकडे बघून इथे स्कॉच व्हिस्की मिळणार नाही, हे लक्षात आले). मी दुकानात गेलो,

मी : मालक, व्हिस्की मधे कुठले ब्रँड आहेत ? स्कॉच आहे का ?

दुकानदार : नाही साहेब, इथले गिऱ्हाईक बघून माल ठेवावा लागतो. तुम्हाला या भागात मिळणार नाही.

मी : थँक्यू, एक विचारू का? तुम्ही दुकान उघडतांना रस्त्यावर ग्लासभर दारू का ओतता. पैसे वाया जात नाहीत का ?

दुकानदार : काका, माझ्या मनाला पण ते पटत नाही, पण पहिला घास देवाला अर्पण करायचा आणि मग गिऱ्हाईकांना, अशी आमची पूर्वापार पद्धत आहे आणि त्यामुळे दुकान मस्त चालतं.

दुकानदार : पूर्वी माझी चहाची टपरी होती. तेव्हा मी चहाचा पहिला कप देवाला म्हणून रस्त्यावर ओतायचो. तुमच्यासारख्याच एका काकांनी सुचवलं, की, रस्त्यावर चहा ओतण्यापेक्षा, एखाद्या माणसाला दे, जास्त पुण्य मिळेल. तेव्हापासून चहाचा पहिला कप, इथे झाडलोट करणाऱ्या माणसाला द्यायचो. धंदा भरपूर वाढला. मग टपरी नातेवाईकाला चालवायला दिली आणि हे दारूचं दुकान सुरु केलं.

(अधे - मधे गिऱ्हाईक जात - येत होते. ही दारू द्या - ती द्या असा प्रकार नव्हता. कुणाला काय लागते, हे दुकानदाराला माहित होते. घेतलेली नवीन बाटली बरोबर कुणीच नेत नव्हते. सगळे जण जवळच्या पाण्याच्या बाटलीत दारू ओतून घ्यायचे आणि मोकळी बाटली तिथेच टाकून जायचे. हे बघून लक्षात आले, की, बसमध्ये किंवा सिग्नल पाशी गाड्या / स्कुटर थांबल्या, की, बरेच जण पाण्याची बाटली काढून ३ - ४ घोट पाणी का पित असतात, किंवा रस्त्यावर जॉगिंग करणारे बरेच जण हातात पाण्याची बाटली घेऊन का पळत असतात)

दुकानदार : इथे पण पहिला ग्लास देवाला, हा नियम मला पाळायचा होता. चहा सारखा दारूचा पण पहिला ग्लास एखाद्या गरीब माणसाला

द्यावा हा विचार केला, पण कुणाला फुकट दारू पाजून, त्याची तब्येत आपण खराब करणे, हे मनाला पटत नव्हते. दारू पिणे हानिकारक आहे हे मला माहित आहे आणि मी दुकानावर तशी पाटी पण लावली आहे. दुकानदारांनी पाटीकडे बोट दाखवले -

महत्वाची सूचना --

"दारू पिणे हे तब्येतीस हानीकारक आहे, असे सांगतात. आणि नियमाप्रमाणे तशी पाटी दुकानावर लावणे आमच्यावर बंधनकारक आहे. दारू विकणे हा आमचा व्यवसाय आहे, दारू विकत घेणे आणि पिणे ही तुमची मर्जी आणि तुमची इच्छा"

ह्या पाटीमुळे मी कुणाला फुकट दारू पण देऊ शकत नाही. मग पर्याय काय, तर, रस्त्यावर पहिला ग्लास ओतणे आणि विक्री सुरू करणे. दारू खरंतर अगदी थोडीशी म्हणजे पेग / अर्धा पेग घेण्यातच तिची मजा असते. 'थोडक्यात गोडी' ही म्हण दारूकरताच तयार केली होती. आपणच दारूचा अतिरेक करून तिला बदनाम केलं आणि 'दारू पिणे तब्येतीस हानिकारक आहे' असे तिच्यावर लेबल लावले. बरं, कुणीही दारूला काहीही म्हटले, तरी त्याचा दारूच्या धंद्यावर काहीही आणि कधीही परिणाम होत नाही, त्यामुळे या धंद्याला कधीच मरण नाही. हा आमच्या या धंद्याचा प्लस पॉईंट आहे (गिऱ्हाईकांची येणे - जाणे सुरूच होते आणि आमच्या गप्पा पण सुरु होत्या).
तेवढ्यात दुकानदारानी खूण करून बाजूच्या टपरीवरून दोन कटिंग चहा मागवले.
मी : दारूच्या दुकानात उभं राहून चहा पिणं जरा विचित्रंच वाटतंय.
दुकानदार : काका, जे लोक ही पाटी वाचत नाहीत, ते लोक इथे दारू घेतात आणि आपल्यासारखे, जे लोक पाटी वाचतात, ते इथे चहा पितात.
दुकानदाराला थँक्स म्हणून, बाय करून, मी बाहेर पडलो.
रस्त्यावरच्या मित्रांच्या यादीत आज अजून एक जण वाढले. मजा आली.

सकाळी ५ - ६ किमी फिरण्यासारखा सुंदर व्यायाम नाही. सगळ्यांनीच रोज किंवा जमेल तसे एक दिवसाआड आणि अगदीच वेळ नसेल तर आठवड्यातून दोनदा हा आनंद जरूर घ्यावा. अधे मधे थांबून कुणाशी गप्पा मारणे, मधे मधे थांबून सामान खरेदी करणे, फिरतांना बरोबरच्या व्यक्तीशी घरगुती चर्चा करत फिरणे, फिरता फिरता मोबाईलवर बोलत राहणे / मॅसेज बघत राहणे, हे मात्र नक्कीच व्यायामाच्या व्याख्येत चुकीचे आहे.

पण रस्त्यावरच्या छोट्या-मोठ्या चांगल्या गोष्टी बघून आनंदी होणे, चेहेऱ्यावर हास्य ठेवून रस्त्यावरच्या मित्र - मैत्रिणींना चालता चालता हाय - हॅलो करणे, नवीन मित्र जमवणे, हे मात्र उत्तम टॉनिक चे काम करते.

फिरण्यानी दिवसाची सुरुवात छान झाली, तर दिवस आपोआपच छान जातो. उद्या सकाळी फिरायला जायचे आहे, असे आज झोपतांना मनात ठरवायचे आणि उद्या उजाडला, की, सुरुवात करायची, इतके हे सोपे आहे.

'Tomorrow never comes', हे पूर्णपणे विसरून जायचे . Tomorrow is certainly coming. Sun is also eagerly waiting every night to rise and to bring tomorrow with a new date and to see us all walking in the morning with smiling faces.

छान विचार - We can not go back and change the beginning, But we can always start where ever we are, And change the ending.

आपली दिवाळी
आणि पशुपक्षांचा शिमगा

दरवर्षी दीवाळी जवळ आली, कि मला दीवाळीच्या वेळेतली, एक आधीची जुनी घटना आठवते, आणि मनात विचार येतो, कि यावर्षीची दिवाळी तरी, कानठळ्या - बसणाऱ्या - आवाज विरहित, धूर विरहित, प्रदूषण विरहित आणि त्या अनुशंघानी वयस्कर मंडळींना, आजारी व्यक्तींना, तान्ह्या बालकांना आणि पशुपक्षांना आनंददायी जाईल ना ? आणि या विचारांनी मी भूतकाळात पोहोचतो ~ ~ ~

दीवाळीचा माहोल सुरु आहे. सगळीकडे आनंदी आणि उत्साहाचे वातावरण आहे. शाळांना सुट्या असल्यामुळे मुले खुश आहेत.

27

ऑफिसेसना पण २ - ३ दिवस सुट्या आहेतच. खरेदी आणि गोडधोड खाणेपिणे आणि एकमेकांकडे जाणेयेणे यात सगळेच व्यस्त आहेत आणि याचा आनंद घेत आहेत. पण या सगळ्या आनंदाला एक काळे बोट लागते आहे, आणि ते म्हणजे फटाक्यांचे. अगदी भल्या पहाटेपासून रात्री उशिरापर्यंत धूर ओकणारे आणि कानठळ्या बसवणारे फटाके लोक फोडत आहेत. फटाक्यांचे कानठळ्या बसवणारे आवाज आणि हवेत पसरणारे धुरांचे लोट, हे सगळ्यांच्याच सहनशीलतेच्या बाहेर जात आहे. हे आपण सगळेच जाणतो, तरीपण, लोक इतके फटाके का फोडतात, हे एक न उलगडणारे कोडेच आहे. आपल्या देशात, अशी न उलगडणारी असंख्य कोडी आहेत. आणि त्यात अशा भरींवर भरी पडतच आहेत.

तुझ्या फटाक्यांपेक्षा माझ्या फटाक्याचा आवाज जास्त, अशी वृत्ती वाढत आहे. आजारी व्यक्तींना यामुळे त्रास होत असेल; तर त्यांनी काय करायचे, हा त्यांचा प्रश्न आहे. वयस्कर लोकांना आवाजामुळे आणि धुरामुळे त्रास होत असेल; तर त्यांनीच त्यावर उपाय शोधावा. तान्ह्या आणि लहान बालकांना यामुळे त्रास होत असेल; तर काय करावे; हे त्यांच्या आईवडीलांनी बघावे, अशीच विचारसरणी फटाके फोडणाऱ्यांची दिवसेंदिवस वाढत आहे. जिवंत माणसांबद्दल अशी विचारसरणी ठेवणारे मुक्या प्राण्यांबद्दल / पक्षांबद्दल काय आस्था ठेवणार !

आज नेहेमीप्रमाणे सकाळी फिरायला बाहेर पडलो. फिरण्याच्या रस्त्यावर बरीच मंदिरे आहेत, त्यामुळे अनायसेच सर्व देवी - देवतांचे रोजच दर्शन घडते आणि पुण्य पदरात पडते. दीवाळी मधले दर्शन, म्हणजे नक्कीच भरभरून पुण्य मिळत असणार, हे नक्की. फिरण्याच्या रस्त्यावर मारुतीचे एक देऊळ आहे. मंदिराच्या दाराजवळच, बाहेर एक मोठा फळा लावलेला आहे. त्यावर नेहेमी सुविचार लिहिलेले असतात. मला सुविचार वाचायला नेहेमीच आवडते. मी अगदी रोज फळ्यावरचा सुविचार वाचायला हमखास तिथे थांबतो. काही काही सुविचार, खरंच सुंदर असतात आणि हमखास ते मनात मुरतात आणि मग आपोआप आचरणात उतरतात, हा माझा अनुभव. उदाहरणादाखल तिथे वाचण्यात आलेले काही सुविचार असे होते ---

जो नेहेमीच दुसऱ्याच्या सावलीत वावरतो, तो स्वतःची सावली कधीच निर्माण करू शकत नाही, स्वतःची सावली निर्माण करायला - आपल्याला उन्हात यावेच लागते.

आपले सुख किंवा दुःख, सभोवतालच्या परिस्थितीपेक्षा, स्वतःच्या मनस्थितीवर जास्त अवलंबून असते.

विषय किती वाढवावा, कुठे थांबवावा, कुठे दुर्लक्ष करावे, हे ज्याला समजले, तो आयुष्यात कुठल्याही परिस्थितीशी सामना करू शकतो.

आज फळ्यावर बघितलं तर पहिलं वाक्य चक्क इंग्रजीत होतं आणि खाली निरनिराळ्या अक्षरात उत्तरादाखल बरेच संदेश लिहिलेले होते. सुविचार लिहिण्याच्या फळ्यावर हा प्रकार नविनच होता. हे काय नवीन आहे, म्हणून मी वाचायला सुरवात केली -----

 # Please Save us from loud noise and smoke.

We can not tolerate it. Please help us ! !

खाली काही पक्षी, प्राणी यांची चित्रे होती.

बहुदा या पक्षांनी आणि प्राण्यांनी काल रात्री हे फळ्यावर हे लिहिले असावे. आणि सगळ्यांनाच वाचता यावे, म्हणून कदाचित, मुद्दाम आपली व्यथा त्यांनी इंग्रजीत लिहिली असावी.

वाचून खूप वाईट वाटले. रस्त्यावर कानठळ्या बसवणारे आणि धूर ओकणारे फटाके फुटत असतानाची दृश्य डोळ्यासमोरून जायला लागली - घाबरून उडणारे पक्षी दिसायला लागले - गांगरून पळणारी कुत्री, मांजरं, गायी दिसायला लागल्या. या मुक्या प्राण्यांचे काय हाल होत असतील, ही कल्पना पण करणं कठीण आहे. कुत्र्याच्या / गाढवाच्या शेपटाला फटाक्याची लड लावणारे महाभाग पण दिसायला लागले. मनात विचार आला, लोक हॉस्पिटलच्या समोर फटाके लावतात, आसपासच्या

घरात आजारी माणसे असली, तरी घरासमोर फटाके लावतात. हे लोक पक्षी आणि प्राणी यांची काय तमा बाळगणार ! ज्या पक्षांमुळे, प्राण्यांमुळे, जीवजंतूंमुळे आणि वृक्षांमुळे आपल्या सभोवतालची सृष्टी संतुलित राहते आणि त्यामुळेच आपण जीवन आनंदात जगू शकतो, त्यांना आपल्या मदतीची अशी याचना करावी लागते आहे, हे वाचून खूप वाईट वाटले.
मी पुढचे संदेश वाचायला लागलो --

काही वाचकांनी आज सकाळीच आपली मते मांडली होती ---

Dear birds and animals - sorry to say that your request will remain on this board only. सणासुदीच्या दिवसात, कुणीही कुणाचे ऐकण्याच्या मनस्थितीत नसते. आम्ही हा त्रास सहन करतो, तसा तुम्ही पण सहन करायला शिका. We have no choice and you too are sailing in the same boat.Your helpless friend - मनवा

Dear birds and animals - sorry to learn your pains. मनवा यांनी लिहिले आहे, ते बरोबरच आहे. कुणाला सांगणे, म्हणजे 'पालथ्या घड्यावर पाणी ओतणे' असा प्रकार आहे. हेल्पलेस परिस्थितीतून जेव्हा आपल्याला जावे लागते, तेव्हा संतांचे वचन आठवून शांत रहावे, "जे जे होईलं ते ते पाहावे (म्हणजे कानठळ्या सोसाव्या, धुराचा श्वास घ्यावा), पण चित्ती असू द्यावे समाधान". आम्ही हेच करतो.
Your friend - मेघना

Dear birds and animals - आपकी तकलीफ पढकर बहुत दुख हुआ. यहा पर उपरसें आये ऑर्डर भी माननेके लिये पब्लिक तैयार नही है. आप और हम किस पेड की पत्ती है, आपकी कौन सुनेगा !
आपका मित्र - शर्मा

Dear birds and animals - शर्मा म्हणतात ती वस्तुस्थिती आहे. लोक कुणाचेही याबाबतीत ऐकायला तयार नाहीत हे खरेच आहे. लोकांचे म्हणणे असे आहे, की धार्मिक रिती रिवाज / धार्मिक सणवार कसे साजरे

करावेत, रंग उडवावे का उडवू नये / किती उडवावे / कोणते उडवावे, फटाके उडवावे, का उडवू नयेत / कुठले उडवावे / केंव्हा उडवावे / किती उडवावे / कुठे उडवावे, मिरवणुका काढाव्या, का काढू नये / कुठून फिरवाव्या / ढोल ताशे वाजवावे का - किती वाजवावे / नाच गाणी कितीवेळ करावी वगैरे वगैरे, यामध्ये कुणिही पडू नये. कारण यामध्ये भक्तांच्या धार्मिक भावना गुंतलेल्या असतात आणि सणवार, धार्मिक उत्सव, हे, त्या - त्या पद्धतींनी साजरे करण्याची आपल्याकडे पूर्वापार परंपरा आहे. आणि तरच देव प्रसन्न होतात. त्यामुळे तुम्ही कुणावर अवलंबून राहू नका. तुम्हाला कोणीही वाली नाही. Sorry.
तुमची मैत्रीण - सुनैना

 # Dear birds and animals - मी तुमच्या दुःखात सहभागी आहे. खरंतर तुमच्या मदतीकरता प्राणी मित्र, पक्षी मित्र, वृक्ष मित्र अशा खूप संस्था आहेत. पण कान बधिर करणाऱ्या आवाजांमुळे आणि विषारी धुरामुळे, त्यांचे सदस्यच परेशान आहेत, त्यामुळे अशावेळेस त्यांच्याकडून मदतीची अपेक्षा करणे चुकीचेच वाटते. पण काहीतरी मार्ग तर काढायलाच पाहिजे. संध्यातरी मला दोनच पर्याय दिसत आहेत --

१) आलीया भोगासी असावे सादरं, चित्ती असू द्यावे समाधानं. अशी मनाची तयारी करायला सुरुवात करा. यातून काहीतरी मार्ग हा असणारच. "शोधा म्हणजे सापडेल" अशी आमच्याकडे म्हण आहे. आणि या म्हणीचा बऱ्याच जणांना फायदा पण झालेला आहे. अशी एक मराठी सिरीयल पण होती. म्हणजे यात तथ्य हे नक्की असणारच. तुम्ही शोधात राहा, मी पण शोधते.

२) आपल्याला इथे नोकरी मिळू शकत नाही, हे समजल्यावर जसे बरेच जण परदेशात पलायन करतात, तसेच इथून स्थलांतरित होण्याचे काहीतरी बघा. परदेशात जाता आले तर उत्तम, कारण तिथे प्राणी आणि पक्षी यांची कदर केली जाते. निसर्गाचा समतोल, पशु / पक्षी / कीटक यांच्यामुळेच साधतो, हे त्यांना समजते व त्याप्रमाणे ते वागतात. आपल्याला प्राणी आणि पक्षी खायला मिळाले, कि आपण सगळे खुश असतो. बाकी

तुमचे तुम्ही बघा, अशी आपली वृत्ती ! परदेशात जमत नसेल, तर लहान खेडेगावात पलायन करा. “दगडापेक्षा वीट मऊ” असे म्हणतात. Very very sorry.

तुमची मैत्रीण - वसुंधरा

हे सगळे वाचून, आपण सगळेच किती हेल्पलेस आहोत, याची जाणीव झाली. पूर्वी दिवाळीत फटाके उडायचे, पण ते आजच्या तुलनेत अगदी साधे असायचे. थोडासा आवाज / थोडासा धूर / थोडासा रंगीबेरंगी प्रकाश, हे सगळे डोळ्यांना आणि कानाला मजा देऊन जायचे. मजा यायची.

जमाना बदलतोय, माणसे बदलतायत, फटाके बदलतायत, आणि आता तर डास पण बदलतायत म्हणे ! पैसे पण आपला रंग बदलतायत. फटाक्यांची विक्री आता वर्षभर सुरु असते. पूर्वी दिवाळीत फटाके असायचे, नंतर लग्नात सुरु झाले, नंतर वाढदिवसांना सुरु झाले, नंतर दहीहंडीला सुरु झाले, नंतर नवरात्रात सुरु झाले, नंतर शिवरात्रीला सुरु झाले, नंतर सांस्कृतिक कार्यक्रमांना सुरु झाले. कुठल्या-ना-कुठल्या निवडणुका तर वर्षभर सुरुच असतात, निवडणूक म्हटलं, कि कुणीतरी जिंकणारच आणि आनंद साजरा करायचा, म्हणजे मोठमोठे फटाके आलेच. अशी ही यादी वाढतच चालली आहे. काहीतरी कारण शोधायचं आणि फटाके फोडायचे, हेच सत्र सध्या सुरु आहे. पुढेमागे वैकुंठावर फटाके वाजले, तरी नवल वाटायचे कारण नाही.

आपण हेल्पलेस झालो, कि नेहेमी देवाकडे धाव घेतो. मी विचार केला, इथे तर देव अगदीच समोर आहे, म्हणजे त्याच्याकडे पोहोचायला, धाव घेण्याची पण जरूर नाही. मी आत मंदिरात गेलो, हात जोडले आणि देवाला म्हणालो - हे असे वेडेवाकडे फटाके बनवणे, ते वर्षभर उडवायला लोकांना उद्यूक्त करणे, ही सगळी तुझीच लीला आहे, हे माहित आहे. पण बिचाऱ्या पक्षांना / पशूंना याची शिक्षा कां ? त्यांच्याकरता काही तरी कर, ही मनापासून तुला प्रार्थना आहे.

प्रार्थना करून मी बाहेर पडलो. असं म्हणतात, कि पशु पक्षांना थर्ड सेन्स असतो. त्यांचे हितचिंतक कोण आहेत, वगैरे त्यांना कळतं. आपल्या हितचिंतकाला ते धन्यवाद देण्याचा नेहेमीच प्रयत्न करतात.

मी मंदिराच्या बाहेर पडलो. फुटपाथ वरची २-३ कुत्री माझ्या पाया - पायाशी करायला लागली. आणि नाजूक आवाजात भुंकायला लागली. बहुदा त्यांना मला थँक्स म्हणायचे असावे. मी त्यांच्या डोक्यावर हात फिरवला आणि पुढे निघालो. थोडं पुढे मृत्युंजय मंदिर आहे. तिथे फुटपाथवर खूप कबुतरे असतात. आपण जवळ गेलो, कि सगळी उडतात. आज मी तिथून चालत जातांना, एकही कबुतर उडून गेले नाही. त्यांना माझ्या पायाशी यायचे होते, असा भास झाला. एकतर माझ्या खांद्यावर बसले आणि उडून गेले. सगळ्यांनाच माझे आभार मानायचे असावेत. घरापर्यंत पोहोचलो. केंव्हातरी दर्शन देणारा भारद्वाज पक्षी, चक्क गेटवर बसून धन्यवाद देण्याकरता माझी वाटच बघत असावा. मला बघताच तो उडून गेला. मी सगळ्यांना मनापासून नमस्कार केला.

हे सगळं वाचून, आपण सगळ्यांनीच, या संदर्भात काहीतरी सकारात्मक करायचंच, असं मनाशी ठरवलं, तर देवाच्या कृपेने, आपल्याला अशक्य असे काहीच नाही. आणि कुठलाही बदल हा आपण नक्कीच घडवू शकतो.

एक छान विचार : घरामध्ये वादावादी होण्याकरता एखादी छोटीशी ठिणगी पण पुरेशी असते. आणि हीच बारीकशी ठिणगी पुढे मोठं रूप धारण करते, ताण - तणाव निर्माण करते.

घरामध्ये केव्हाही अशी बारीकशी ठिणगी दिसली की -
चूक नसतानाही केवळ वाद टळावा म्हणून घेतलेली माघार हे संयमाचे मोठे प्रतीक आहे.

तिन तिगाडा काम बिगाडा

३ हा अंक बऱ्याच जणांना अशुभ वाटतो. "तिन तिगाडा काम बिगाडा" अशी आपल्याकडे म्हण पण प्रचलित आहे.

आता जमाना बदलतो आहे आणि आता ३ हा अंक शुभ मानणाऱ्यांची संख्या जोमाने वाढते आहे. कुणाची जन्म तारीख ३ असते / कुणाचा जन्म महिना ३ असतो / काहींच्या जन्म तारखेच्या सगळ्या अंकांची बेरीज ३ होते, म्हणून ते स्वतःला नशीबवान समजतात. बरेच जण येन - केन प्रकारे ३ अंकाशी कनेक्ट राहण्याचा प्रयन्त करतात, जसे गाडीच्या रजिस्ट्रेशन नंबर ची बेरीज ३ झाली पाहिजे / मोबाईल नंबर च्या अंकांची बेरीज ३ झाली पाहिजे. यावरून मला एक जुनी घटना आठवली -

नेहेमीप्रमाणे आज सकाळी फिरायला बाहेर पडलो. बायको सकाळी योगा क्लासला जाते, त्यामुळे मी नेहमी एकटाच असतो. फिरत फिरत मारुती मंदिराजवळ आलो आणि नेहमीच्या ठिकाणी, आज चक्क केव्हा तरी भेटणाऱ्या मॉर्निंग वॉक मैत्रिणी मेघना आणि मनवा यांची भेट झाली. तारीख होती २५ /०३ / २०१८.

मनवा : काका आज तारखे मधल्या सगळ्या अंकांची बेरीज सिंगल डिजिट मधे किती होते.

(मी आधी तोंडी बेरीज करायचा प्रयत्न केला, पण ते जमले नाही. मग आपल्या जुन्या सवयी प्रमाणे हातावरची कांडी मोजून ३ हे उत्तर काढले)

मी : ३
मनवा : काका उत्तर एकदम बरोबर आहे. इस बात पे, एक एक चाय हो जाये.
मी : मला तोंडी बेरीज करता आली नाही, म्हणून, पेनल्टी म्हणून, आजचा चहा माझ्याकडून.
मनवा : काका, काही जणांचा डावा मेंदू तल्लख असतो, ते लोक आकडेमोडीत हुशार असतात. तुमचा उजवा मेंदू तल्लख आहे, त्यामुळे तुम्हाला प्रेमाचे गणित चांगले जमते. Nothing wrong in that.
मेघना : काका ३ या आकड्यावरून तुमच्या डोक्यात लगेच काय विचार येतो.
मी : तिन तिगाडा काम बिगाडा.
मनवा : काका, इथेच आपण नेहमी चूक करतो. Think only positive.
मी : आपण ३ हा नेहमीच अशुभ मानत आलो आहोत. कुठलेही शुभ कार्य आणि ३ यांचे कधीच जमत नसते, अशी आपली परंपराच आहे. एखाद्याला ओवाळायचे असेल आणि तीनच बायका असतील, तर ते अशूभ होते, म्हणून एक स्त्री पुन्हा एकदा ओवाळते. महत्वाच्या कामाकरता कुठे जायचे असेल, आणि ३ जणं असतील, तर आपण एक सुपारी बरोबर नेतो.
मेघना : काका, आपल्याला यातूनच बाहेर पडायचे आहे. आपण नेहमी तिघे भेटतो. मजा येते ना ? कधी वादावादी झाली आहे का ? आपल्या गप्पांमध्ये आपण कधी कुणाविषयी वाईट बोलतो का ? मग ३ अंक अशुभ कसा काय ?
मनवा : काका, एखादे मोठे काम सुरु करायचे असेल; काही छोटी कामे करायची असतील, काही चांगल्या सवयी सुरु करायच्या असतील, जसे - रोज फिरायला जायचे आहे, रोज व्यायाम करायचा आहे, रोज योगा करायचे आहे, रोज घरच्यांबरोबर गप्पा मारायला वेळ काढायचा आहे, रोज या वेळात टीव्ही बंद ठेवायचा आहे, जंकफूड खाणे बंद करायचे आहे, वजन कमी करण्याकरता दीक्षित पॅटर्न सुरू करायचा आहे /

दिवेकर पॅटर्न सुरू करायचा आहे, असे जे जे मनात असेल, त्यांचा

श्री गणेशा करताना आपण ब्रह्मा - विष्णू - महेश, या त्रिमूर्तींना श्रद्धा पूर्वक नमस्कार करतो आणि मग कामाला सुरुवात करतो.

मनातलं अस्तित्वात उतरणार हे नक्की. कारण त्यामागे शक्ती असणार आहे, या ३ देवतांची.

मेघना : काका, देवानी आपण कायम आनंदी असावं, याकरता आपल्या चेहेऱ्यावर ३ च अवयव दिले आहेत, जे आपल्या मर्जीप्रमाणे आपण उघडू शकतो आणि नको तेव्हा बंद ठेऊ शकतो. कान, डोळे आणि तोंड. नाक हे सतत उघडेच ठेवावे लागते. आपल्या चेहऱ्यावरच्या या ३ अवयवांचा आपण योग्य वापर केला, तर आपण कायम आनंदी राहू शकतो. कशी घ्यायची या तिघांची मदत --

तोंड - आवश्यक तेवढेच बोलणे

डोळे - न पटणाऱ्या घटनांकडे डोळेझाक करणे.

कान - वाद विवाद घडवणाऱ्या गोष्टींकडे कानाडोळा करणे.

मी : ३ ची ही बाजू आधी कधी माझ्या लक्षातच आली नाही !

मी : तुमच्या दोघींच्या नावांमध्ये मेघना / मनवा ३ - ३ अक्षरे आहेत, त्यामुळेच तुम्हाला असे सुंदर विचार सुचत असणार हे नक्की.

मनवा : काका, तुमच्या सुधीर या नावात पण अक्षरे ३ च आहेत, हे विसरला का ?

म्हणजे आपण तिघे आहोत आणि नावातली अक्षरं पण ३ - ३ - ३ आहेत. आपण नेहमी भेटतो मारुती मंदिरा जवळ. त्या देवाच्या नावामध्ये अक्षरं पण ३ च आहेत.

मेघना : काका, आमच्या दोघींच्या जन्म तारखेतल्या सगळ्या अंकांची बेरीज ३ होते, म्हणूनच आम्ही एकदम लकी आहोत. काका, तुम्ही पण कायमच लकी असता, तुमच्या जन्म तारखेतल्या अंकांची बेरीज करुन सांगा जरा. हमखास ३ च असणार!

मी : नशिबानी मला कायमच साथ दिली आहे, हे नक्की, पण त्याचा ३ शी काही संबंध असेल, असा मी विचारच कधी केला नव्हता आणि जन्मतारखेच्या अंकांची बेरीज पण कधी केली नव्हती. बेरीज करून बघतो. मी अंकांची बेरीज केली, आणि अहो - आश्चर्यम म्हणजे बेरीज ३

आली. मी उडालोच.

मी : नशीब कायम माझ्या पाठीशी कां असते, याचे कोडे मला आज तुमच्यामुळे उलगडले. माझी बेरीज पण ३ आहे. माझी जन्म तारीख आहे २० / ५ / १९४९.

मनवा आणि मेघना : वाह, क्या बात है. अंदाज एकदम परफेक्ट.

आमच्या गप्पा सुरू असताना बाजूला बसलेले चहा पिणारे पण आपापल्या खुर्च्या आमचे भोवती सरकवून आमच्या ग्रुप मध्ये सहभागी झाले होते.

एक जण : आज ३ या अंकाविषयी खूपच छान माहिती मिळाली. मी ३ या अंकाला अशुभच मानत होतो. यापुढे मात्र आता नाही.

दुसरे एक जण : (चहा वाल्यांना उद्देशून) दादा, या तिघांचं आजचं चहाचं बिल माझ्या नावावर मांडा. मजा आली. माझ्या मुलीची जन्मतारीख 3 मार्च आहे.

चहाचे दुकानदार : वा, वा, क्या बात है. मी पण तुमच्या गप्पा ऐकल्या, खूप नवीन विचार समजले. ३ अक्षरी नाव असणाऱ्या, जन्म तारखेच्या अंकांची बेरीज ३ असणाऱ्या, तुम्हा तिघांना माझा नमस्कार. आज पासून मी रोज ३ गरीब लोकांना चहा फ्री देणार आहे.

आम्ही सगळ्यांनी टाळ्या वाजवून आनंद व्यक्त केला. आणि एकमेकांना बाय - बाय करून आपापल्या मार्गाने निघालो.

छान विचार -
    गलतिया करना ये तो आम आदमीकी पहचान है.
        लेकिन दुसरोंकी गलतिया नजर अंदाज करना,
            ये तो हम अपनी पहचान जरूर बना सकते है . . . .

रस्त्यावरचा इंटरव्ह्यू

इंटरव्ह्यू म्हटलं, की, आपल्या प्रत्येकाचे भरपूर अनुभव नक्कीच असणार ! नोकरीकरता इंटरव्ह्यू असतात. लग्न ठरण्यापूर्वी इंटरव्ह्यू असतात. घर भाड्यानी घ्यायचे असेल, तेव्हा पण इंटरव्ह्यू असतो. मुलांच्या शाळेच्या ऍडमिशन च्या वेळेस पालकांचा इंटरव्ह्यू असतो. व्हिसा करता इंटरव्ह्यू असतो, वगैरे.

इंटरव्ह्यू म्हटलं, की, पास होणं पण आलं, आणि फेल होणं पण ओघानी आलंच. रस्त्यावरचा इंटरव्ह्यू, हा प्रकार मात्र फक्त माझ्याच वाट्याला आला असावा, आणि तो पण फेल होण्याकरता, कारण मला त्या इंटरव्ह्यू मध्ये एकही उत्तर देता आलं नाही.

त्याचं झालं असं -----

मध्यंतरी आम्ही युरोप ट्रीप ला गेलो होतो. तिथे एका हॉटेलमधे एकाची ओळख झाली, गप्पा झाल्या. नाव कार्ल, राहणार स्वीडन. कामानिमित्त पुण्याला कदाचित यावे लागेल, असे त्यांच्या बोलण्यात आले. फोन नंबर ची देवाण घेवाण झाली आणि आम्ही निरोप घेतला.

गेल्या महिन्यात, अचानक कार्लचा फोन आला, की, मी तुमच्याच गावातून बोलतो आहे. त्याला फावल्या वेळेत गावात फेरफटका मारायचा होता, इथले पदार्थ टेस्ट करायचे होते. त्याला कधी वेळ आहे, ते बघून त्याला भेटायला गेलो. त्याला भारतीय नॅनो गाडी आवडेल, म्हणून नॅनो घेऊन गेलो. त्याला घेऊन त्याच्या हॉटेलमधून बाहेर पडलो, थोडं अंतर पुढे गेल्यावर --

कार्ल : इथे ड्राईव्ह कुठला आहे ? (कार्ल इंग्रजीत बोलत होता)

मला प्रश्न समजला नाही, म्हणून मी त्याच्याकडे बघितलं. तो डावीकडे / उजवीकडे बघत होता. डावीकडून बऱ्यापैकी स्पीडनी टू व्हीलरवाले येत होते. आणि उजवीकडून पण समोरून गाड्या येतच होत्या.

कार्ल : इज देअर एनिथिंग लाईक सेंटर ड्राईव्ह ?

मी (मनात) : आता याला काय उत्तर द्यावं ? यानी युरोपमध्ये कधीच उलटे येणारे लोक बघितले नसणार !

मी : वुई हॅव राईट हॅन्ड ड्राईव्ह . पण याचा अर्थ एवढाच होतो, की, चार चाकी गाड्यांमध्ये ड्रायव्हर ची सीट उजवीकडे असते. रस्त्यावर गाडी कुठल्या साईड ने चालवायची, याचा ड्राईव्हशी तसा संबंध नसावा. इथे बहुतेक जण आपापल्या सोयीप्रमाणे रस्त्यांवर गाडी चालवतात. त्यामुळे समोरून येणाऱ्या काही गाड्या उजवीकडून येत आहेत, आणि काही डावीकडून येत आहेत.

कार्ल : हे जरा विचित्रंच वाटतंय. व्हेरी अनसेफ. हाऊ डू यु इन्शुअर सेफ्टी ?

मी (मनांत) : आता याला काय उत्तर द्यावे ?

मी : यु नो राम ? इट इज रामभरोसे.

त्याला काहीच अर्थबोध झाला नसावा. आणि माझ्यापण लक्षात आलं, की, याला राम कसा माहीत असणार ! इथे आपल्या लोकांनाच अजून राम नीट समजलेला नाही. “कुठे शोधिशी रामेश्वर अन् कुठे शोधीशी काशी, हृदयातील भगवंत राहिला हृदयांत उपाशी” , अशी आपली स्थिती.

मी : राम मीन्स गॉड. तो आमची काळजी घेतो. मग मी त्याला चौका चौकात असलेली दत्त, साईबाबा, स्वामी, हनुमान, देवी यांची मंदिरे

दाखवली. रस्त्यावर ठिकठिकाणी गणपती उत्सवाच्या ठेवलेल्या मुर्ती दाखवल्या. (मी विचार केला, आता याला काही शंका नसणार !)
कार्ल : हे जरा माझ्या डोक्यावरून जातंय. एनी वे, आय बिलिव्ह इट. बट व्हाय गॉड इज केप्ट इन प्रिझन ?

आता त्याचा प्रश्न माझ्या डोक्यावरून गेला. मग माझी ट्यूब पेटली, की, सगळे गणपती उत्सवाचे गणपती, उत्सव संपल्यानंतर त्या त्या ठिकाणी छोट्या खोलीत किंवा केज मधे ठेवतात व त्याला ग्रील चे लोखंडी दार असते व त्याला कुलूप असते. यालाच तो प्रिझन म्हणतो आहे. देवाला कडी कुलुपात का ठेवतात, याचं उत्तर खरंतर मला पण माहित नव्हतं. मोठ्या मोठ्या देवळात पण ठराविक वेळेला देव्हाऱ्याला कुलूप असते. देव अशा कडी - कुलुपात कसा राहतो ? का, तिथे तो कधी नसतोच, हे देवचं जाणे. मग मी प्रिझन बद्दल याला काय उत्तर देणार ?
मी इकडे - तिकडे बघून उत्तर टाळले.

आमची गाडी पुढे जातंच होती. आम्ही पाषाण रोडनी चांदणी चौकाकडे येत होतो. पेट्रोल पंपाजवळ ३ बसेस समोरून येऊन डावीकडे असलेल्या पंपावर जाण्याकरता वळत होत्या. त्यामुळे आमचा रस्ता ब्लॉक झाला. हळूहळू आमच्या मागे मोठी लाईन लागली. काही टू व्हीलर वाले आणि रिक्षा, वळणाऱ्या बसेस च्या मधल्या गॅप मधून पुढे जायला लागल्या, त्यामुळे बसेस पण थांबल्या. आमच्या बाजूला दोन च्या तीन लेन झाल्या आणि नंतर चार लेन झाल्या. त्यामुळे समोरून येणारा ट्रॅफिक पण अडला. आपल्याकडे टू व्हीलर वाले कायम घाईत असतात. ते एक - एक करत फुटपाथवर चढायला लागले. आमच्या मागचे कारवाले जोरजोरात हॉर्न द्यायला लागले. कार्ल ला हा अनुभव कल्पनेच्या बाहेरचा होता. मी त्याला म्हटले, ‘डोन्ट वरी, आवर व्हेईकल इज स्टेशनरी. ट्रॅफिक मोकळा झाला, की, आपण पुढे जाऊ. काचा बंद आहेत, त्यामुळे धूर पण आत येत नाही. मला हा प्रकार नेहेमीचाच होता.
कार्ल : आमच्याकडे पण केंव्हातरी ट्रॅफिक अडतो, पण कोणीही नियम मोडत नाही. टू व्हीलरवाले फुटपाथ वर का जात आहेत ? चालणारे कसे चालतील ?

कार्ल : दोन च्या ठिकाणी चार लेन का झाल्या ? आता समोरचे कसे येतील ?

कार्ल : ऑटो दोन बसच्या मधून का जात आहेत ? इट इज डेंजरस.

कार्ल : ट्रॅफिक पोलीस का येत नाहीत ? जॅम होऊन अर्धा तास झाला.

कार्ल नि प्रश्नांची लाईन लावली. मी बरोबर आणलेली सॅन्डविच खायला बाहेर काढली. काय चालले आहे, हे कार्ल ला उमगत नव्हते. सॅन्डविच खातांना त्याचं लक्ष बाहेरच होतं. आता हे कोडं कसं सुटणार, याचाच विचार त्याच्या मनात सुरु असणार.

मी : कार्ल, आय टोल्ड यु अबाउट राम

कार्ल : यस, रामभरोसे

मी : यस, देवचं यातून मार्ग काढेल. हा बेशिस्त ट्रॅफिक, ही पण देवाचीच लीला आहे. काय लीला आहे, ते वेळ आल्यावरच आपल्याला समजेल. आम्ही असं मानतो, की, झाडाचं पान पण त्याच्याच मर्जीनुसार हलतं.

कार्ल ला हे लॉजिक समजणं कठीणच होतं. पण त्याला इतर तरी काय सांगणार ?

खरंतर घडणाऱ्या सगळ्याच घटनांना देवाची लीला / रबकी मर्जी, हे लेबल लावणं, आपल्याला पण मनापासून पटत नसतं. पण सगळेच म्हणतात, म्हणून आपण पण म्हणतो, आणि मग यालाच श्रद्धा हे गोंडस नाव, आपणच बहाल करतो.

कार्ल कडून अजून काही प्रश्न नाही, हे बघून मी रिलॅक्स झालो. आमची सॅन्डविच संपली आणि रस्ता जरा मोकळा झाला. आम्ही हळू हळू पुढे निघालो.

आमची गाडी डेपोच्या सिग्नल ला थांबली. सिग्नल वर ९० हा आकडा बघून मी जरा निवांत झालो. आमच्या मागचे आणि बाजूचे बरेच जण, सिग्नल लाल असूनही सरळ पुढे / डावी - उजवीकडे जायला लागले. आमच्या मागचे मला हॉर्न द्यायला लागले. मी प्रश्नांच्या अपेक्षेनी कार्ल कडे कान केले.

कार्ल : हे लोक सिग्नल नसतांना का जात आहेत ? आणि मागचे हॉर्न का देत आहेत ?

मी (मनात) : आता याला काय उत्तर देणार !
मी : काही लोकांच्या घरी कोणी आजारी असते, काही लोकांना हॉस्पिटल मध्ये जायचे असते, काहींना मुलांना शाळेतून आणायला जायचे असते, अशा लोकांना काहीच पर्याय नसतो.
मी : (हाताच्या बोटांनी दाखवून) काही जणांना घाईनी नं १ किंवा नं २ ला जायचे असते, त्यांना पण सिग्नल तोडण्याशिवाय काही पर्याय नसतो.
कार्ल : घाईची नं १ किंवा नं २ लागणं अगदी साहजिक आहे. त्यांची घाईची अडचण पण समजण्यासारखी आहे आणि अगदीच रास्त पण आहे, कारण मला इथे पब्लिक टॉयलेट कुठेच दिसली नाहीत. पण हे कारण सिग्नल तोडण्याची मुभा नक्कीच देत नाही. शेवटी सिग्नल तोडणे हा गुन्हाच आहे. समबडी मे डाय.
मी : हो, इथे रोज निरनिराळ्या रस्त्यांवर अपघात होतातच. पण हे, ज्याच्या त्याच्या कर्माचे भोग आहेत, आणि ही पण देवाचीच लीला आहे, असे आम्ही मानतो.
कार्ल : हे सगळेच मला फारचं विचित्र वाटतंय. बट आय बिलिव्ह इन यू. बरं, सिग्नल नसतांना मागचे हॉर्न का वाजवतात ? याला काय उत्तर आहे ?
मी : आमच्या कडे भारतीय बनावटीच्या सुंदर सुंदर गाड्या असूनही, इथे बहुतेक जण परदेशी गाड्या वापरतात.
कार्ल : व्हाय ? व्हाय ? आपल्या देशाची गाडी वापरणं यात खरंतर गर्व वाटायला पाहिजे. मी नेहेमीच स्वीडिश गाडी वापरतो. बायकोची गाडी पण स्वीडिश. युअर टाटा व्हेईकल इज गुड. बाकी लोक परदेशी गाड्या का वापरतात ?
मी : एक कारण म्हणजे भारतीय गाड्यांची किंमत कमी असते, आणि गाडी जेवढी महाग, तेवढं मालकाचं प्रेस्टिज जास्त, अशी विचारधारा इथे मुरलेली आहे. म्हणून तुम्हाला इथे जास्त परदेशी गाड्याच दिसतील.
कार्ल : मला हे लॉजिक पटत नाही, पण शेवटी - पसंद अपनी अपनी, खयाल अपना अपना .
अरे, पण याचा सिग्नल नसतांना हॉर्न मारण्याशी काय संबंध आहे ?

मी : तुम्ही लोक तिकडे हॉर्न कधीच वाजवत नाही, त्यामुळे परदेशी गाड्यांच्या हॉर्न च्या डिझाईन बद्दल इथल्या लोकांना खात्री वाटत नाही, म्हणजे वेळेवर वाजेल, का नाही वाजणार ?

गाडी सिग्नल ला उभी असली, की, मोकळा वेळ असतो. मग सगळे लोक त्या वेळात हॉर्न वाजवून आपला हॉर्न वाजतो आहे, याची खात्री करून घेतात.

मी (मनात) : त्याला उत्तर पटण्यासारखे नव्हते, पण काय उत्तर देणार ?

बोलता बोलता कार्ल चं हॉटेल आलं. मी त्याला हात हलवून बाय - बाय केलं. कार्ल नी रामभरोसे - राम भरोसे म्हणून हात जोडून मला नमस्कार केला.

दुसऱ्या दिवशी संध्याकाळी त्याला वेळ होता. मी मुद्दाम स्कुटर व त्याच्याकरता वेगळे हेल्मेट घेऊन गेलो.

कार्ल : स्कुटरवर फिरायला आज मजा येईल.

थोडं पुढे गेल्यावर -

कार्ल : अरे, रस्ते फारच भयानक आहेत. काल कारमधे एवढे जाणवले नाही. एवढे खड्डे कशामुळे पडले आहेत. खूप ठिकाणी पॅच भरले आहेत, पण तिथे उंचवटे झाले आहेत. त्यामुळे खड्डा आला कि दणका बसतोय आणि भरलेला खड्डा आला तरी दणकाच बसतोय. अरे, सगळ्या ड्रेनेज चेंबर ची झाकणे, रस्त्याच्या लेव्हल ला का नाहीत ? प्रत्येक चेम्बरला दोन तरी हादरे बसतायत.

मी : कार्ल, तुमचे हे प्रश्न हायली टेक्निकल स्वरूपाचे आहेत, वुई नीड टू कॉन्टॅक्ट सम टेक्निकल पर्सन.

रस्त्यावर पुढे लाईट नव्हते आणि एका स्पीड ब्रेकर वर पांढरे पट्टे नसल्यामुळे, आणि त्यामुळे तो ब्रेकर न दिसल्यामुळे, आम्हाला बऱ्यापैकी जोरदार दणका बसला. तो काही बोलण्यापूर्वीच -

मी : वुई कॉल देम स्पीड ब्रेकर

कार्ल : यांची काय गरज आहे ? हे तर कंबर ब्रेकर आहेत. तुम्ही पाठ आणि कंबर कशी मेंटेन करता.

43

मी (मनात) : मेंटेन काय करणार ! इथे मिनिटा - मिनिटा वर वेगवेगवेगळ्या आकाराचे ब्रेकर आहेत, त्यांच्या भरीला आता रम्बलर आले आहेत. अर्धे लोक पाठदुखी / कंबरदुखी नी बेजार आहेत. याला काय उत्तर द्यावे ?

कार्ल : मला उत्तर मिळाले. रामभरोसे. तुम्ही लोक फार लकी आहात. तुम्हाला काहीच करावे लागत नाही. सगळेच रामभरोसे म्हणजे गॉड करत असतो.

नंतर कार्ल ला दोन दिवस वेळ नव्हता. तिसऱ्या दिवशी वेळ ठरवून हॉटेल वर गेलो. मधले दोन दिवस तो हिंजेवाडीला जात होता. त्याचा रात्री फोन आला, तेव्हा तो म्हणत होता, "हिंजेवाडीचा ट्रॅफिक हॉरिबल आहे. तिथे न जाऊन चालण्यासारखे असेल, तर तो पुन्हा तिथे कधीच जाणार नाही". मी मनात म्हटलं, इथे ज्यांना रोज हिंजेवाडीला जावं लागतं, त्यांचे काय हाल होत असतील.

आज पायीच फिरू, कुठेतरी डोसा - इडली खाऊ, असं ठरवून आम्ही बाहेर पडलो. काही ठिकाणी रस्ता क्रॉस करायला ५-७ मिनिटे थांबावे लागत होते. रस्ता क्रॉस करायला हिरवा दिवा असला, तरी डावी - उजवी - मागे - पुढे बघत, जीव मुठीत धरून, त्याचा हात धरून, मी त्याला नेत होतो.

कार्ल : इथे तर चालणे पण कठीण आहे. आमच्याकडे चालणारे किंग असतात. रस्त्यावर पहिला मान त्यांचा असतो.

कार्ल : लोक गाडी चालवतांना मोबाईल का वापरतात ? टू व्हीलरवाले एका हातात मोबाईल धरून गाडी चालवत आहेत, हे चालणाऱ्यांकरता फार रिस्की आहे. पोलीस मस्ट पनीश देम.

मी (मनात) : इथे चालणाऱ्यांची कोण काळजी करतो ? आणि पनिशमेंट बद्दल याला काय सांगणार ?? उत्तर टाळणे, हेच योग्य.

रात्रीची वेळ असल्यामुळे डोळ्यांवर गाड्यांच्या हेड लाईटचा प्रखर प्रकाश येत होता. मी सवयीप्रमाणे डोळ्यावर हात ठेऊन चालत होतो. थोडं पुढे गेल्यावर --

कार्ल : इथे लोकांना घाई असते, घाईची लागलेली असते, वगैरे कारणांनी लोक सिग्नल तोडतात, उलटीकडून येतात, नो एंट्रीमध्ये जातात, स्पीड लिमिट पळत नाहीत, वेड्यावाकड्या गाड्या मारतात, फुटपाथवर गाड्या घालतात, हे समजले, पण गावात रात्री गाडी चालवतांना, हेडलाईट डीपर वर का ठेवत नाही / वळताना इंडिकेटर का लावत नाहीत. ह्यांचा तर घाईशी काहीच संबंध नाही.

माझ्याकडे काहीच उत्तर नव्हते. मागे एका परदेशी कंपनीने यावर सर्व्हे केला होता. आणि निष्कर्ष असा होता, की, शहरातल्या ९३ टक्के वाहन चालकांना हेच माहित नाही, की, हेडलाईट मध्ये अपर / डीपर असा काही प्रकार असतो, आणि त्याचा काय वापर करायचा असतो. गाडी विकत घेतांना जर बटन अपर वर असेल, तर ते बटन तसेच असते. आणि ८४ टक्के लोकांचा असा समज होता, की, साईड इंडिकेटर चा वापर फक्त हाय - वे वर, मागच्या गाडीला पुढे जा / किंवा जाऊ नका, हे सांगण्याकरता असतो. हा सर्व्हे रिपोर्ट कार्ल ला सांगण्यात काहीच पॉईंट नव्हता. बोलता बोलता कार्ल चे हॉटेल आले.

काहीतरी एकदम आठवून कार्ल म्हणाला - -

कार्ल : जगातले ११ वे आश्चर्य कोणते आहे ?

मी : मी दहा ऐकली आहेत, ११ वे अजून सापडायचे आहे.

कार्ल : मला ते सापडले आहे. एनी गेस ?

मी : नाही, तुम्हीच सांगा

कार्ल : इथला ट्रॅफिक.

कार्ल : भयानक आणि जीवघेणा ट्रॅफिक असूनही, इथे रोज रस्त्यावर उतरणाऱ्या हजारो - हजारो लोकांपैकी, फक्त ४० - ५० लोक हॉस्पिटल ला जातात आणि जेमतेम २ - ३ जणंच वर जातात. बाकी सगळे व्यवस्थित घरी पोहोचतात.

मी निरुत्तर !

दुसऱ्या दिवशी कार्ल परत जाणार होता. मनसोक्त भेट / फिरणे / गप्पा झाल्यामुळे आमच्या दोघांच्याही चेहेऱ्यावर आनंद होता. बाय - बाय ची देवाण - घेवाण झाली. मी कार्ल ला म्हणालो, पुन्हा लवकरच भेटू. उत्तर

देण्याऐवजी, कार्ल नी मला कान जवळ करायला सांगितले, आणि कानात म्हणाला --

कार्ल : रामभरोसे !

कार्लच्या प्रश्नांचा आपण सगळ्यांनीच मनापासून विचार केला, आणि प्रत्येकानी, आपल्या रस्त्यावरच्या वागणुकीत थोडे थोडे बदल केले, आणि, असा विचार केला, की, मी हे माझ्याच भल्याकरता करत आहे, तर आपल्या शहरांमधला ट्रॅफिक नक्कीच सुधारेल, त्याच्या "जीवघेण्या" या विशेषणाची तीव्रता कमी होईल, यात शंका नाही.

आपली वैचारिक पातळी जर आपल्याला अजून उंचावता आली, आणि आपण असा विचार केला, की माझ्या रस्त्यावरच्या वागणुकीत मी बदल करत आहे, ते माझ्या भल्याकरता आहे / माझ्या घरच्यांच्या भल्याकरता आहे / समाजाच्या भल्याकरता आहे, तर आपल्या शहरांमधला ट्रॅफिक युरोपच्या तोडीसतोड नक्कीच होऊ शकेल ! !

असा बदल नक्कीच घडणार आणि पुढच्या कार्ल च्या भेटीच्या वेळी, तो त्याची ११ व्या आश्चर्याची कल्पना मागे घेणार हे नक्की.

"Rewind the Life"

एक दिवस सहजच बायकोला विचारलं की तुला देवानी भूतकाळात जाऊन पुन्हा आयुष्य सुरू करायला परवानगी दिली, तर लग्नाकरता तू कुणाला पसंत करशील ?

यावर बायको म्हणाली - देवानंद सारखा सुंदर आणि उंच असलेला मुलगा मी पसंत करीन. आणि आवडीचा मुलगा म्हणजे आयुष्य मस्त मजेत जाईल.

घरच्यांनी पसंत केलेल्या मुलाशी आणि पत्रिका जुळते म्हणून त्या मुलाशी लग्न करणे, ही एकदा केलेली किंवा करावी लागलेली चूक आता पुन्हा मी नक्कीच कधी करणार नाही.

बायकोच्या चेहऱ्यावर आनंद दिसत होता आणि मी पण खुश झालो (?)

नवीन वर्ष सुरु होतांना - - -

वर्षभर निरनिराळे योग साधून, जसे दसरा, होळी, गोकुळाष्टमी, निरनिराळे वाढदिवस, याकरता आपली शुभेच्छांची देवाण घेवाण सुरु असते. त्या दिवशी बहुतेकांची सुट्टी असते, घरी पूजा असते, येणारे जाणारे असतात, गोड खाद्य पदार्थ असतात, वगैरे. आणि शुभेच्छांची जोड पण असते. आणि त्यामुळे सगळ्यांना तो एक दिवस खरंच छान जातो.

आता मराठी / इंग्रजी नवीन वर्षाच्या आपण जेव्हा शुभेच्छा देतो, तेव्हा त्या ३६५ दिवसांकरता असतात. वर्ष सुरु होतांना पहिल्या दिवशी सगळीकडेच शुभेच्छांची भरपूर देवाण घेवाण सुरु असते, त्यामुळे तो दिवस छान जातो. पण नंतर पुढचे ३६४ दिवस आनंदाचे जाण्याकरता देणाऱ्यांची किंवा घेणाऱ्यांची काहीच हालचाल नसते. नुसते एक दिवस हॅपी न्यू ईयर म्हणून पूर्ण वर्ष नक्कीच आनंदाचे जाणार नसते.

आता ह्या मिळालेल्या शुभेच्छा आणि दिलेल्या शुभेच्छा जर आपल्याला वर्षभराकरता फलद्रुप करायच्या असतील, म्हणजे हा आनंदाचा दिवा जर आपल्याला वर्षभर तेवत ठेवायचा असेल, तर

आपल्याला त्यात कायम तेल टाकत रहायला पाहिजे, म्हणजे त्याकरता वर्षभर आपण काहीतरी करत रहायला पाहिजे.

लगेच प्रश्न उभा राहतो - म्हणजे काय करायला पाहिजे ?

आपण आधी बघू - भाग पहिला - आपण स्वतः वर्षभर आनंदी राहण्याकरता स्वतः काय करायला पाहिजे.

१) आपल्यापैकी प्रत्येकाच्या सुखी आणि आनंदी जीवनाबद्दलच्या कल्पना वेगळ्या असणार, हे सरळ आहे. म्हणून सुखी आणि आनंदी जीवनाबद्दल आपल्या ज्या काही कल्पना असतील, वर्षभराकरता आपली काही उद्दीष्ट असतील, त्यांचं आपल्याला यावर्षी एक काल्पनिक चलचित्र तयार करायचं आहे, आणि रोज सकाळी उठल्यावर, आणि दिवसभरात वेळ मिळेल तेव्हा ते बघायचं आहे. झोपतांना पण ते बघायचं आहे. ह्यालाच स्वप्न रंगवणे आणि ते स्वप्न बघणे, असे पण म्हणता येईल. असे यावर्षी नियमित केल्याने आपली स्वप्न साकार होणार / आपण वर्षभर आनंदी राहणार हे निश्चित.

कारण, What you think, so you become & What you imagine, so it happens.

२) मला समोरच्यांकडून ठोस शुभेच्छा मिळाल्या, आता यांचे जर मला सुंदर रोपटे करायचे असेल, ते फुलवायचे असेल, तर मला पण योग्य ती मेहेनत करायला पाहिजे, त्याला नियमित पाणी घालायला पाहिजे / खतं घालायला पाहिजे. मी जर कायम निरुत्साही असलो, कायम निरनिराळे नकारात्मक विचार मनात घोळत बसलो, हे दुखतंय - ते दुखतंय, हेच उगाळत बसलो, तर बियांचे सुंदर रोपटे कसे होणार आणि ते कसे फुलणार ? स्वतःला सकारात्मक करण्याकरता / ठोस करण्याकरता, हेल्दी बॉडी आणि हेल्दी माईन्ड, हीच प्रूव्हन व्दिसूत्री आहे.

ही व्दिसूत्री अस्तित्वात उतरवण्याकरता अतिशय सोपे / कुठलाही साईड इफेक्ट नसणारे / खर्च नसणारे, अध्यात्मिक गुरूंनी दिलेले प्रिस्क्रिप्शन हे असे आहे - ---

रोज स्वतःकरता एक तास द्या, त्यामधे -

* ३० मिनिटे चालणे : मस्त बूट घाला, रंगीबेरंगी कपडे घाला. मोबाईल घरी ठेवा. फिरतांना 'बिग नो' टू घरगुती वाद / नकारात्मक चर्चा. रमतगमत चालणे - नो वे ! स्विफ्ट चालायचे आहे, ताठ चालायचे आहे. सकाळी फिरणे जमत नसेल, तर संध्याकाळी जाता येते. चालतांना दोन्ही हातानी ज्ञान मुद्रा किंवा तत्सम मुद्रा केली तर उत्तमच.

* १० मिनिटे प्राणायाम : तुमचा यावरचा अभ्यास असेल, तर त्याप्रमाणे करा. नाहीतर -. ५ मिनिटे अनुलोम - विलोम करा आणि ५ मिनिटे दीर्घ श्वसन करा, ५ मिनिटे ओंकार जाप करा.

* १० मिनिटे ध्यान करा : विचारशून्य अवस्थेमधे बसणे

* १० मिनिटे व्यायाम : आपल्या शरीराच्या सर्व सांध्यांची हालचाल होईल असे अगदी सोपे व्यायाम आपल्याला करायचे आहेत. आपण शाळेमध्ये पीटी च्या तासाला करायचो, साधारण तसेच.

आठवड्यातून ५ दिवस केले तर चालेल का ? वगैरे, असे कुठलेही ऑपशन्स याला नाहीत.

कळते पण वळत नाही --

'कळते पण वळत नाही' या म्हणीतून, या वर्षी आपल्याला पूर्णपणे बाहेर पडायचे आहे. म्हणजे जे कळते, त्याला आता वळते करायचे आहे. तब्येत छान राहण्याकरता 'जंक फुड खाऊ नका' हे आपल्याला कळते पण वळत नाही. 'अति तेलकट-तुपकट खाऊ नका', 'साखरेचा अतिरेक टाळा', 'सिगरेट, दारू प्रमाणात ठेवा', हे पण आपल्याला कळत असतं, पण वळत नसतं.
ज्या ज्या गोष्टींकरता, आपण ही म्हण वापरतो, त्या सगळ्यांना या वर्षी वळते करायचे आहे.

आलिया भोगासी असावे सादरं - चित्ती असू द्यावे समाधान --

ज्या गोष्टी आपल्या आयुष्यात घडतात, त्यांचा मनापासून स्वीकार करायचा. प्रत्येक परिस्थितीमध्ये समाधानी असणे, फार महत्वाचे असते. समाधानी माणूसच मनन करू शकतो आणि परिस्थिती बदलू शकतो. अप्रिय घटनांवर मनन केलं, तर समजू शकतं, की, आपलंच 'असं - असं' चुकलं होतं, किंवा आपण कुणाची तरी मदत घ्यायला पाहिजे होती. आणि

चूक सुधारून पुन्हा घोडदौड सुरु करता येते. घडणाऱ्या सगळ्याच चांगल्या - वाईट घटनांचे शिल्पकार आपणच आहोत, ही समज महत्वाची आहे.

संवाद –

घरामध्ये आई-वडील, मुलं-मुली, सासु-सासरे, नवरा-बायको यांच्यात खेळीमेळीचे वातावरण असेल, तर घर आनंदी राहतं आणि ओघानीच आपण पण आनंदी राहतो. आणि याकरता जरूर आहे संवादाची. आजकाल घराघरात संवादा ऐवजी वादा-वादी जास्त दिसते, रुसवे - फुगवे जास्त दिसतात, हेवे - दावे जास्त दिसतात. चांगली गोष्ट शेअर करतांना, 'पहिले आप - पहिले आप' असे म्हणायची पध्दत आहे. घरात वाद सुरू झाला, तर, 'पहिले मै - पहिले मै' म्हणून, आपण तोंड बंद ठेवणे उत्तम असते. कुठला वाद किती वाढवावा, आपण कुठे थांबावं, कुठे दुर्लक्ष करावं, ही समज आली, तरच आयुष्याचा प्रवास ताणतणाव रहीत करता येतो.

एकमेकांची विचारपूस करणे, काय हवे-नको ते विचारणे, इतरांच्या चांगल्या कामाचे नेहेमीच मनापासून कौतुक करणे - प्रशंसा करणे, या गोष्टींना या वर्षी महत्व द्यायचे आहे. या वर्षभरात घरामध्ये शिरतांना, आपला अहंकार / क्रोध / रागीटस्वभाव / तापटपणा, हे सगळे चप्पल - बुटाबरोबर शु - रॅक मधे ठेऊनच आत जायचे आहे.

कुणी काय करावं हा ज्याचा त्याचा प्रश्न आहे ----

रोजच्या आपल्या प्रवासात अनेक गोष्टी आपल्या मनाविरुद्ध घडत असतात. आणि सगळ्यांच्याच बाबतीत तसे होत असते. अशावेळेस, ह्यानी असं कां केलं ? त्यानी असं कां केलं ? हा असं कां वागतो ? वगैरे, काथ्या कूट करण्यात आपण आपली सगळी ऊर्जा वाया घालवतो आणि हातात काहीच येत नाही. ज्ञानी मंडळी सांगतात - कुणी काय करावं हा ज्याचा त्याचा प्रश्न आहे. या कुणी मध्ये आईवडील आले, नवरा आला, बायको आली, मुले आली, सहकारी / नातेवाईक / मित्र सगळे सगळे आले. मी काय करावं एवढाच सोपा विचार मला करायचा आहे आणि आनंदात राहायचे आहे.

मन चंगा तो सब चंगा --

मानसिक स्वास्थ्य बिघडले, की सगळेच बिघडते, आणि सगळ्याच बाबतीत उतरती कळा सुरू होते. मग आपण ज्योतिषाला हात दाखवतो / पत्रिका दाखवतो. आपल्या पत्रिकेत कुठल्या घरात शनि आहे, कुठल्या घरात राहू - केतू आहेत, मंगळ कुठे आहे, आणि मग त्यांना प्रसन्न कसे करता येईल, यावर आपले तन / मन / धन आपण एकाग्र करतो. आणि आपली भरकटत भ्रमंती सुरु होते.

शांत डोक्यानी विचार केला, तर लक्षात येते, की आकाशातले शनि-मंगळ-राहू-केतू यांचा आपल्यावर प्रभाव जेमतेम १० टक्के असतो. ९० टक्के प्रभाव टाकणारे / मानसिक स्वास्थ्य बिघडवणारे किंवा घडवणारे, खरे शनि-मंगळ-राहू-केतू-बुध-गुरु-चंद्र-सूर्य हे आपल्याच घरात आणि आपल्याच अवति-भवती असतात. एकदा का आपल्या घरात / आपल्या मित्रमंडळीत / आपल्या सहकाऱ्यांमधे, कोण शनी आहे / कोण राहू - केतू आहे / कोण गुरु आहे, - - - - ,हे आपल्याला समजले, या जवळच्या ग्रहांच्या आवडीनिवडी आपण समजून घेतल्या, त्यांच्या चाली आपण समजून घेतल्या, तर त्यांना खुश ठेवणारी आणि आपल्याला त्रास न होणारी, आपली चाल आपल्याला ठरवता येते आणि आपले आयुष्य खूप सोपे होते, मनाला ताणतणाव पण राहत नाहीत.

प्रत्येकाचा स्वभाव हा वेगळा असतो, हा निसर्गाचा नियमच आहे. प्रत्येक झाडाचा स्वभाव वेगळा असतो, प्रत्येक प्राण्याचा स्वभाव वेगळा असतो. आंब्याच्या झाडाला दगड मारले, तरी ते गोडच फळ देते. बाबुळ २४ तास भरपूर ऑक्सिजन देते, पण फार जवळ गेलो तर काटे टोचतातच. शेवगा भरपूर पोषक तत्व असलेल्या छान शेंगा देते, पण त्यावर चढायचा प्रयत्न केला, तर फांदी मोडून ते आपल्याला हमखास खाली पाडणार. प्राण्यांमध्ये गाढव, बैल, गाय, कुत्रे यांना आपण वावरतांना बघतोच. गाढव भरपूर सामान पाठीवर ठेवू देईल, पण त्याच्या मागे उभे राहिलो, तर ते लाथ मारतेच. विंचवावर कितीही प्रेम करा, तो डंख मारतोच. कुत्रे तुमच्याशी खुप प्रेमानी गप्पा मारेल, पण त्याची भाषा 'भू भू ' अशी अंगावर भुंकल्यासारखीच असणार. माणसांच्या बाबतीत पण अगदी असेच असते.

आपल्या घरात आणि अवतीभवती वावरणाऱ्यांमधे कोण आंबा आहे / कोण बाबुळ आहे / कोण शेवगा आहे किंवा कोण गाय आहे / कोण मांजर आहे / कोण गा * व आहे, वगैरे, हे आपल्याला कळले, की, आपले काम सोपे होते. आपल्याला घरात राहायचे आहे / समाजात राहायचे आहे / कामधंद्यात राहायचे आहे, म्हणून कुठल्याहि परिस्थितीत, आपण सगळ्यांचेच नेहेमीच प्रेमानी करायचे आहे, पण सगळेच आपल्याशी पण छान वागतीलच / आपल्यावर प्रेम करतीलच / आपल्या भल्याचा विचार करतीलच / अडीअडचणीला आपल्याला मदत करतीलच, असा विचार मनात आणायचा नाही आणि अशी अपेक्षा पण करायची नाही, कारण बाबळीला कधी गोड फळे लागणार नाहीत, गाढवाला कुणाचे कधीच पटणार नाही, आणि कुत्रे आपल्याशी बोलतांना कधीही 'कुहू-कुहू' असा मंजुळ स्वर काढ्णार नाही..
स्वभावाला औषध नक्कीच असते. पण ते फक्त स्वतःचा स्वभाव बदलण्याकरता - इतरांचा नाही.

वर्तमानकाळात रहा --

आपण आपला ५० % वेळ भूतकाळातल्या कडू आठ्वणी उगाळण्यात घालवतो आणि ५० % वेळ भविष्याची काळजी करण्यात घालवतो. त्यामुळे ताणतणाव हेच आपले आयुष्य बनते. मन आणि शरीर यांना बरोबर ठेवणे, यालाच वर्तमानकाळात राहणे असे म्हणतात, यालाच योगसाधना म्हणतात, यालाच ध्यान म्हणतात. ताणतणाव मुक्ती करता हीच महाऔषधी आहे.

जर - तर ला बाय बाय ----

बहुतेक जण आनंदी होण्याकरता कुठल्यातरी बंधनाशी जोडी बांधतात. जर नवऱ्यानी माझं कौतुक केलं तर मी आनंदी होईन, जर बायकोनी असं - असं केलं तर मी आनंदी होईन. अशी जर - तर ची आपण लाईन लावतो, आणि परिणाम काय होतो, ते आपण अनुभवतोच. यावर्षी जर - तर ला बाय बाय करायचे आहे. आणि करायचं काय आहे ? तर, आपण सगळ्यांवर अनकंडिशनल प्रेम करायचं आहे आणि स्वतः अनकंडिशनल आनंदी राहायचं आहे. असं म्हणतात, की, जर आपलं

शरीर प्रेमानी आणि आनंदानी शिगोशीग भरलेले असेल, तर कुठलेही इन्फेक्शन / कुठलाही आजार / कुठलीही व्याधी आपल्या शरीरात प्रवेश करू शकत नाही, कारण कुठे जागाच शिल्लक नसते.

कायम आनंदी चेहेरा --

कायम आनंदी चेहेरा - ही आरोग्याची गुरूकिल्ली आहे. रस्त्यावर हातगाडी घेऊन हिंडणारे भंगारवाले नेहेमीच हसतमुख असतात. चहाची टपरी चालवणारे / रस्यावर झाडलोट करणारे, कायम हसतमुख असतात. मग आपलाच चेहेरा एरंडेल तेल प्यायल्यासारखा का असतो ?

आपण नकारात्मक व्यक्तींपासून दूर राहिलो आणि सकारात्मक - हसतमुख व्यक्तींना जवळ केले, तर हमखास हसतमुख राहता येते. मधुबाला, माधुरी दिक्षित, देवानंद, यांचे हसरे फोटो घरात लावावेत. घरात लावायला कुणाची हरकत असेल, तर हे फोटो आपल्या मनात तर नक्कीच लावता येतील. सरस्वती, दत्त गुरू यांच्या चेहेऱ्यावर वेगळेच तेज आणि प्रसन्नता असते. यांचे फोटो घरात लावावेत. हसतमुख / आनंदी राहणे, हा खरा मनुष्य धर्म आहे.

हसरा चेहरा बनवण्याकरता हास्यक्लब जॉईन करता येतो. खोटे हसण्यापासून पण सुरूवात करता येते. आपला आनंद आपण स्वत:मधेच शोधायचा आहे. आपल्या आवडी-निवडी यावर्षी आपल्याला शोधायच्या आहेत. कुणाला गाण्याची आवड असते, कुणाला वाद्य वाजवण्याची आवड असते, कुणाला चित्रकलेची आवड असते ,वगैरे वगैरे, आणि आपण त्या पूर्ण विसरलेलो असतो. यावर्षी त्यांना माळ्यावरून बाहेर काढायचे आहे - त्यांना जपायचे आहे - त्यांना फुलवायचे आहे. आपण आनंदी असलो, तरच आपण आयुष्य खऱ्या अर्थानी जगू शकतो. आणि आनंदी आयुष्य जगत असतांनाच, आपण आनंद पसरवू शकतो.

आता बघू भाग दुसरा म्हणजे - मी जेव्हा समोरच्याला वर्ष आनंदाचे जावो अशा शुभेच्छा देतो, तेव्हा माझा वर्षभर असा रोल असायला पाहिजे, कि, वर्षभर माझ्या प्रत्येक कृतीमधून, मी त्या व्यक्तीला आनंदच दिला पाहिजे. चांगले बोलून आनंद दिला पाहिजे. जरुरीच्या वेळेस मदतीचा हात पुढे करून आनंद दिला पाहिजे. कामासंबंधी विचारपूस करून आनंद

दिला पाहिजे. घरच्यांची खुशाली विचारून आनंद दिला पाहिजे. नेहेमी संपर्क ठेवून आनंद दिला पाहिजे. असे वर्षभर करत राहणे, यालाच खऱ्या अर्थानी भरीव / ठोस शुभेच्छा देणे असे म्हणता येईल. हा बदल आपल्याला ह्या वर्षी नक्कीच करायचा आहे.

चला तर मग - यावेळेस शुभेच्छांची देवाण घेवाण करतांना देणाऱ्यांनी "ठोस" बनायचे आहे, आणि शुभेच्छा घेणाऱ्यांनी पण "ठोस" बनायचे आहे.

सुरु असलेल्या या नवीन वर्षाकरिता माझ्याकडून तुम्हाला खूप खूप आणि "ठोस" हार्दिक शुभेच्छा ! ! !

अशी पण एक व्यथा – पेड पर एक गिरमिट ने आत्महत्या कर दी (गिरमिट म्हणजे सरडा). सुईसाईड नोट मे लिखा – अब इन्सानोका मुकाबला नही कर पा रहा हू रंग बदलने मे . . . . . .

(आपल्या फायद्याकरता आपण आपले रंग बदलवणं जर थांबवलं, तर सरड्यांच्या आत्महत्या नक्कीच थांबतील. त्यांना पण जगण्याचा हक्क आहेच)

काल करे सो आज कर

काल करे सो आज कर,
आज करे सो अब ।
पल में परलय होएगी,
बहुरि करेगा कब ।।

- संत कबीर

नागपूरला माझा एक शाळकरी मित्र आहे, व्दारकादास शर्मा. अधून मधून आमचं फोनवर बोलणं होतं. शेवटी बाय म्हणतांना तो प्रत्येक वेळा म्हणतो, सुधीर, आज तो बाते हो गई, लेकिन अगली बार बात करनेके लिये मै रहूंगा कि नही, ये मालूम नही. मग मी म्हणतो, शर्माजी बात तो सही है. चलो इस बात पे और थोडा बोल लेते है. असं म्हणून अजुन थोड्या गप्पा, हसणे होतं आणि मग फ़ोन बंद होतो.

मेघना आणि मनवा या मॉर्निंग वॉक मैत्रिणींची अधून मधून मारूति मंदीराजवळ सकाळी फिरतांना भेट होते. चहा - गप्पा होतात. बाय करतांना त्या नेहेमी म्हणतात, आज गप्पा मस्त झाल्या - मज्जा आली. आता पुन्हा भेट होणार की नाही, माहित नाही. मग मी पुष्टी जोडतो, म्हणणे अगदी बरोबर आहे - कल हो ना हो. तो इस बात पे और एक चाय और थोडी गपशप हो जाय. मग अजून थोड्या गप्पा रंगतात, चहा होतो आणि मग बाय बाय होते.

आजचा दिवस उजाडला आहे म्हणजे आज आपण आहोत हे नक्की. उद्याची मात्र काहीच शाश्वति नाही.

जो मिली है जिंदगी, उसे खुलके जियो।
क्या पता, ये कल हो ना हो॥

बरीचशी कामे आपण नेहेमीच उद्यावर ढकलत असतो. वयस्कर आई - वडिलांना आपल्याकडून काहीतरी बँकेचं काम करून पाहिजे असतं, काहीतरी आणून पाहिजे असतं, आणि आपण नेहेमीच, क्या फरक पडता है, असं म्हणून टाळाटाळ करत असतो आणि उद्या नक्की करतो असं म्हणत असतो. चला तर मग, आजच त्यांची सगळी कामं करून त्यांना सुखद धक्का देऊ या. "क्या पता, ये कल हो ना हो ".

बायकोशी चार प्रेमाचे शब्द बोलायला तर आपल्याला कधीच वेळ नसतो. कौतुक करणे तर लांबच राहते. असं कर - तसं कर, हे आण - ते आण, आणि तक्रारी, एवढेच संभाषण असते, कारण "आज" आपल्याकडे कधीच तिच्याकरता वेळ नसतो. काही ठिकाणी हीच गोष्ट नवऱ्याच्या बाबतीत पण असते. चला तर मग, आजच बायकोनी केलेल्या चहाची तारीफ करू या, तिच्या सैंपाकाला दाद देऊ या. तिला गजरा घेऊन जाऊ या. " क्या पता, ये कल हो ना हो ".

मुलांची चौकशी - त्यांच्याशी गप्पा, नातेवाईक/ मित्र यांची विचारपूस, आणि इतरहि बरच काही राहूनच गेलय्. आजच हे पण सगळे करायलाच पाहिजे. "क्या पता, ये कल हो ना हो ".

हे केल्यानंतर एक नविनच शोध आपल्याला नक्कीच लागणार आहे, आणि तो म्हणजे - अरे, खरा आनंद तर यातच आहे. आणि मग आज करण्याच्या कामाची यादी चांगलीच वाढणार आहे. चला कामाला लागु या.

आपल्या नशीबानी जर उद्या पण उजाड्ला तर हे सगळे उद्या पण करायचे आहे, कारण "क्या पता, ये कल (उद्याचा कल) हो ना हो ". परवा, तेरवा असे हे आनंदी चक्र सुरूच ठेवायचे आहे. कारण प्रत्येक दिवसाला 'कल' हा असणारच ! आणि त्या "कल" ला पण पुष्टी असणारच आहे - "क्या पता, ये कल हो ना हो ".

हर घडी बदल रही है रूप जिंदगी। छाव है कभी, कभी है धूप जिंदगी।
हर पल यहा, जी भर जियो। जो है समा, कल हो ना हो॥

~ ~ ~ ~ ~ ~ ~ ~ ~ * * * * * * * * ~ ~ ~ ~ ~ ~ ~ ~ ~

ऑटो रिक्षा चालकाशी मनमोकळ्या गप्पा

ऑटो रिक्षावर पण काही लिहिण्यासारखं असू शकतं यावर प्रथमदर्शनी कुणाचाच विश्वास बसणार नाही. रिक्षा थांबवणे, रिक्षेत बसणे, उतरतांना मीटर बघून पैसे देणे, इथेच आपला रिक्षेचा संबंध संपतो. कधी कधी उतरतांना चिल्लर वरून किंवा जास्त बिल झाले यावरून वादावादी होते, हा थोडासा बदल. गर्दीच्या वेळेत, पावसामध्ये, उन्हामध्ये आणि केंव्हाही म्हणजे २४ * ७, रिक्षावाले आपल्याला आपल्या कामाच्या ठिकाणी आपल्या सामानासकट पोहोचवत असतात, त्याबद्दल त्यांचे कौतुक करतांना कधीच कुणी दिसत नाही. रिक्षा हा विषय निघाला, की बहुतेकांचा तक्रारीचा पाढा सुरु होतो. जवळ जायचे असेल, तर जवळ नको, म्हणून बरेच रिक्षावाले तयार होत नाहीत. लांब जायचे असले, तरी लांब नको, म्हणून काही नकार देतात. काही वेळा २० - ३० रु जास्त पडतील, अशा अटीवरच काही ठिकाणी यायला तयार होतात. बऱ्याच वेळा हात दाखवून पण रिक्षा थांबत नाहीत, वगैरे वगैरे.

घरातून आपण बाहेर पडलो आणि आपल्याला जर रिक्षानी जायचे असेल, तर आपली अशी मनोकामना असते, की आपल्याला २ - ३ मिनिटात रिक्षा मिळाली पाहिजे आणि आपण लगेच आपल्या इच्छित स्थळी पोहोचलो पाहिजे. पण बऱ्याच वेळा असे होत नाही. कधी रिक्षा लगेच मिळते, पण रस्त्यावर ट्रॅफिक जॅम असतो. त्यामुळे मुंगीच्या पावलाने रिक्षा जात असते, अशावेळेस आपण ट्रॅफिकला शिव्या घालायला सुरुवात करतो. कधी कधी रस्त्यावर एकही रिक्षा दिसत नाही. कधी कधी भरपूर रिक्षा जात येत असतात, पण एकही रिकामी नसते. आपल्या मनाची इथेच तणतण सुरु होते. कधीकधी रिकाम्या रिक्षा जात असतात, पण एकही थांबत नसते. अशावेळेस मनाची तणतण आणखीनच वाढत जाते. एखादी रिक्षा थांबते, पण आपल्याला जिथे जायचे असते, तिथे यायला ती तयार नसते. अशावेळेस आपले मन रिक्षावाल्यांना शिव्याशाप

द्यायला सुरुवात करते. थोडक्यात काय, तर कुठलीही गोष्ट मनाप्रमाणे झाली नाही, तर आपला पारा चढायला लागतो. समोरच्याला पण काही अडचण असू शकते, हा आपला प्रांतच नसतो.

एकदा आमच्या 'रोजच्या गप्पा' या ग्रुपमधे रिक्षा या विषयावर चर्चा झाली आणि बहुतेकांनी वर दिलेले मुद्दे स्वतःचा अनुभव जोडून / थोडा मालमसाला लावून, वगैरे सांगितले. मुद्दे मला पटत होते, पण रिक्षेवाल्यांना सर्वस्वी दोष देणे, हे मला पटत नव्हते. व्यवसाय करण्याकरता रिक्षा चालवणारा माणूस, काही ठोस कारण असल्याशिवाय गिऱ्हाईक सोडणार नाही, हे नक्की.

बावधन आणि मगरपट्टा इथे माझ्या बऱ्याच फेऱ्या होत असल्यामुळे, बऱ्याच वेळा रिक्षाची आणि कॅबची मदत घ्यावी लागते. गाडीत बसल्यावर काहीतरी धागा शोधून मी नेहेमीच ड्रायव्हरशी संवाद साधत असतो, आणि उतरतांना त्यांना न चुकता धन्यवाद देतो. त्यांच्या चेहेऱ्यावरचा आनंद बघून मला छान वाटते. परवा असंच रिक्षानी बावधनला जातांना, मी वरचा विषय ड्रायव्हर बरोबर काढला,

रिक्षावालेदादा : काका, तुम्ही म्हणता ते अगदी बरोबर आहे. गिऱ्हाइकांच्या अशा अपेक्षा असणे साहजिक आहे. पण आमची बाजू तुमच्या पर्यंत पोहोचवायला आमच्या कडे काहीच मार्ग नसतो. त्यामुळे आम्ही कायम बदनाम ठरतो.

शाळेच्या वेळांमध्ये किंवा ऑफिसच्या वेळांमध्ये सगळ्या रिक्षा भरून जात असतात, कारण त्यावेळेत गिऱ्हाइकांच्या मानाने रिक्षा कमी पडतात. त्यामुळे लोकांना रिक्षेकरता काही वेळा १० एक मिनिटे थांबावे लागते किंवा थोडे मागे पुढे चालत जावे लागते. गिऱ्हाईक दिसत असतात / हात दाखवत असतात, पण आमचा नाईलाज असतो.

मी : बरोबर आहे

रिक्षावालेदादा : बऱ्याच वेळा आमची रिक्षा खाली असते आणि लोक हात करत असतात, पण आम्ही थांबत नाही. लोकांचा इथे आमच्या विषयी मोठा गैरसमज होतो. अशावेळेस आम्हाला सगळेजण काय काय भले -

बुरे म्हणत असतील, माहीत नाही. आता या मागे काय कारण आहे, हे आम्ही प्रत्येक वेळेला ऑटो थांबवून गिऱ्हाइकाला सांगू शकत नाही.

बऱ्याच वेळेला आम्हाला ठराविक वेळेला कुणाला तरी पिक- अप करायला शाळेत किंवा हॉस्पिटलमध्ये किंवा कुणाच्या घरी पोहोचायचे असते. त्यामुळे समोर गिऱ्हाइक दिसत असते, पण आम्ही थांबू शकत नाही. स्वतःच्या मुलाला / मुलीला शाळेत सोडायची किंवा तिथून परत आणण्याची वेळ झाली असेल, तर आम्हाला प्रायोरिटी ती ठेवावी लागते. कधी बायकोला कामाच्या ठिकाणी सोडायचे असते. अशा वेळेस गिऱ्हाईकांची नाराजी आम्हाला घ्यावीच लागते, आता यात आमचा काय दोष आहे, ते तुम्हीच सांगा.

मी : बरोबर आहे. ठरलेल्या गोष्टींना प्रायॉरीटी द्यायलाच पाहिजे आणि कुणी पण ती देईलच.

रिक्षावालेदादा : पूर्वी माझी जेवायची वेळ झाली असली, तरी “आधी गिऱ्हाईक” हे व्रत मी ठेवायचो. त्यामुळे जेवायला कधी ३ वाजायचे तर कधी ४. रात्री पण असेच व्हायचे. त्यामुळे माझी तब्येत बिघडायला लागली. माझे एक गिऱ्हाइक डॉक्टर आहेत. त्यांना रोज सकाळी ९ ला दवाखान्यात सोडायचे आणि ठरल्या वेळेला पुन्हा घरी पोहोचवायचे, असा कॉन्ट्रॅक्ट आहे. त्यांनी मला सल्ला दिला, तब्येतीपुढे पैसा महत्वाचा नाही आणि गिऱ्हाइकांची सोय पण महत्वाची नाही. क्वचित कधी कुणाला इमर्जन्सी असेल तर गोष्ट वेगळी. जेवायची वेळ ठरव आणि त्यावेळेला घरी पोच किंवा डबा खायला बैस. सकाळी नाष्टा करायला हाच नियम आणि रात्री जेवण्याकरता हाच नियम. डॉक्टरांची आज्ञा मी मान्य केली आणि आता मी एकदम ठणठणीत आहे. आता मी जेवायला निघालोय आणि कुणी हात दाखवला, तर त्यांना आणि कुणाकुणाला, मी जेवायला चाललो आहे हे थांबून सांगणार !

बँकेमध्ये, सरकारी ऑफिसेस मध्ये, कारखान्यांमध्ये लंच टाइमची वेळ ठरलेली असते, काही ठिकाणी लंच टाईमची पाटी असते. वेळ झाली, कि काउंटर समोर माणसे असली तरी खिडकी बंद होते. त्यांना कुणी दोष देत नाही, मग रिक्षेवाल्यांना का दोष द्यावा ? चितळेंसारखी दुकाने पण

ठरल्या वेळेला शटर खाली करतात. आणि त्यांचे बरोबरच आहे. त्यांच्या बिझिनेस मध्ये पडद्यामागे खूप मेहेनत असते आणि त्याकरता वेळ पण खूप द्यावा लागतो, हे आपल्या सारख्या पिशवी घेऊन दुकानात जाणाऱ्यांना कसे समजणार !

गिऱ्हाइकानी हात दाखवल्यावर न थांबण्याची अजून पण कारणे असतात, पण ती लोकांना कशी सांगणार ?

मी : अजून काय कारणे आहेत ?

रिक्षावालेदादा : कधी कधी रिक्षाची फेरी सुरु असते किंवा रिक्षा स्टॅण्डवर उभी असते, आणि घरून बायकोचा फोन येतो, "लवकर घरी या, आईंना लगेच दवाखान्यात न्यायला पाहिजे, कधी मुलाला बरे नसते म्हणून फोन येतो, कधी इतर काही इमर्जन्सी असते म्हणून फोन येतो". अशावेळेस आम्ही ट्रीप पूर्ण करतो आणि घराकडे गाडी वळवतो. मोकळी ऑटो बघून लोक हात दाखवत असतात. अशावेळेस गिऱ्हाइकाकडे न बघता सरळ जात राहणे, हा एकच पर्याय आमच्या पुढे असतो. यात आमचे काय चुकते ते तुम्हीच सांगा. काका, सगळेच नोकरी करणारे आणि व्यवसाय करणारे, अशी घरगुती अडचण असली, तर अशा वेळेस साहेबांना सांगून किंवा दुकान बंद करून, आम्ही जे करतो तेच करतात. त्यांना कुणीच नावे ठेवत नाही. आमचं नाव मात्र कारण नसतांना बदनाम होत असतं.

साहेब, आम्ही धंदा करण्याकरता रिक्षा चालवतो, तेव्हा ठोस कारण असल्याशिवाय कुणी गिऱ्हाइकाला टाळेल का ?

मी : दादा, तुमचं म्हणणं अगदी कुणालाही पटण्यासारखं आहे. हात केल्यावर ऑटो थांबत नाही, याकडे लोकांनी सकारात्मक विचारांनी बघायला पाहिजे हेच खरे. सकारात्मक हा शब्दच आता सगळ्यांच्या डिक्शनरीतून बाद होत चालला आहे. सगळीकडेच नकारात्मकता भरते आहे.

रिक्षावालेदादा : न थांबण्याचं अजूनही एक न टाळता येण्यासारखं कारण असतं. आमच्या बरोबर कायम पाण्याची बाटली असते, त्यामुळे मधून मधून सारखं थोडं थोडं पाणी प्यायला जाते. तब्येतीकरता ते उत्तमच आहे, पण त्यामुळे केंव्हातरी घाईची लघवी लागते. आपल्या शहरात पब्लिक

टॉयलेट्स ची सगळीकडेच मारामार आहे. मी नळ स्टॉप किंवा दशभुजा गणपती च्या आसपास असलो आणि आतून कॉल आला, तर त्याकरता मला थेट डहाणुकर सिग्नल पर्यंत जावे लागते किंवा अगदीच अर्जंट कॉल असेल तर कर्वे पुतळ्याच्या अलीकडे नाला आहे, तिथे आडबाजूला जाऊन कॉल ला उत्तर द्यावे लागते. हा प्रवास करतांना मोकळी ऑटो बघून लोक हात करत असतात, पण थांबता येत नाही.

मी : तुमचे मुद्दे कुणालाही पटण्यासारखेच आहेत. आजकाल दुसऱ्याच्या अडचणींचा विचार करायला वेळ कुणाला आहे आणि वेळ असला, तरी कोण विचार करतो ? सगळेच 'मी' आणि 'माझं' याच्याच चक्रव्यूहात फिरत असतात. आणि थोडं मनाविरुद्ध झालं, कि सगळ्यांची टणटण सुरु होते.

रिक्षावालेदादा : आमच्यावर गिऱ्हाईक नाराज होण्याचं अजून एक कारण आहे..

कधी आम्ही जवळच्या किंवा लांबच्या अंतराला नाही म्हणतो किंवा थोडे जास्त पैसे मागतो.

मी : हे कशामुळे ?

रिक्षावालेदादा : खरंतर आम्हाला लांबचे गिऱ्हाईक पाहिजे असतात. पण जेंव्हा ठरलेल्या वेळेला कुठेतरी जायचे असतं, आणि त्यावेळेत जर लांबची ट्रिप करून परत येता येत नसेल, तर, नाईलाज म्हणून आम्हाला गिऱ्हाइकाला नाही म्हणावे लागते. अगदी जवळच्या बहुतेक ट्रिप अशा असतात, कि ऑड वेळांना रिटर्नला मोकळे यावे लागते. म्हणजे आम्हालाच भुर्दंड बसतो. म्हणून केंव्हातरी आम्ही नाही म्हणतो. पण गिऱ्हाइकाची गैरसोय नको आणि आम्हाला पण भुर्दंड नको, म्हणून आम्ही १० / २० जास्त मागतो. आणि गिऱ्हाइकपण खुशीनी देतात.

हं, कुणी वयस्कर असेल, आजारी असेल, तर मात्र आम्ही कायम मदतीला पुढे असतो. बोलण्या बोलण्यात बावधनचं घर कधी आलं हे समजलंच नाही. मी पैसे दिले, अजून थोडं बोलणं झालं, धन्यवाद / पुन्हा भेटू ची देवाण घेवाण झाली आणि आम्ही आपापल्या मार्गाला लागलो. मनमोकळ्या गप्पांमुळे मजा आली.

आता यापुढे मी घराबाहेर पडलो आणि मला ऑटो नी कुठे जायचे असेल, आणि हात करूनही एकही ऑटो थांबत नसेल, तर माझी चिडचिड नक्कीच होणार नाही आणि नेहेमी सकारात्मक विचारच माझ्या मनात येतील हे नक्की..

आपल्या मनासारखे होत नसते, तेव्हा दुसऱ्याची बाजू समजून घेणे आणि नकारात्मक विचारांपासून दूर राहणे, हे समजण्याकरता हा अनुभव खूपच बोलका आहे. घरामध्ये, ऑफिसमधे, समाजामध्ये, वावरतांना जेव्हा मनाप्रमाणे गोष्टी घडत नाहीत, तेव्हा समोरच्याशी मनमोकळा संवाद साधता येतो, आणि त्याची बाजू समजून घेता येऊ शकते. किंवा समोरच्याची पण काही अडचण असणार हा साधा विचार पण आपण मनात आणू शकतो आणि विषय थांबवू शकतो. किंवा समोरच्याचा स्वभावच असा असेल, जसे साप कायम तिरकसच चालणार, कुत्रा कायम अंगावर भुंकणार, हे समजून आपण नकारात्मक विचारांपासून लांब राहू शकतो.

आपल्याला भेटणाऱ्या सगळ्याच अनोळखी माणसांशी संवाद साधून, त्यांनी केलेल्या कामाचे कौतुक करून, त्यांचे आभार मानून, आपण त्यांना आनंद देऊ शकतो आणि स्वतः पण आनंदित होऊ शकतो, हे नक्की.

कायम सकारात्मक विचार आणि कायम आनंदाची देवाण - घेवाण हीच तर सुखी जीवनाची वाट आहे.

रोज फिरणे तब्येतीकरता उत्तम असते

Reduces the Risk of Diabetes
Helps you Sleep Better
Increases Lung Capacity
Improves Brain Function
Deal with Depression

व्यायाम म्हणून आपण जेंव्हा फिरायला बाहेर पडतो, तेव्हा फिरतांना मोबाईलवर गप्पा मारणे हि नक्कीच चुकीची किंवा वाईट सवय आहे. पण एखादी चांगली सवय लावण्याकरता एखाद्या वाईट सवयीचा आधार घेऊन कसे पुढे जाता येते, यावरचा माझा आगळावेगळा अनुभव —

- -

रोज फिरणे हे तब्येतीकरता उत्तम असते असे सगळेच जाणकार सांगतात आणि खूप जण हे अंमलात पण आणत असतात.

रिटायर होतांना माझ्या डॉक्टर मित्रांनी पण मला बजावून सांगितले होते - आता फिरायला वेळ नाही, ही सबब चालणार नाही. रोज म्हणजे रोज ४५ मिनिटे ते १ तास चालायचे आहे. मला पण हे मनापासून पटले आणि रिटायरमेंट च्या दुसऱ्या दिवसापासून मी सकाळी १ तास फिरणे सुरु केले.

नोकरीत असतांना दिवसभराच्या धावपळीमुळे चौफेर वाचनाची आवड असूनदेखील घरी येणारे लोकसत्ता वर्तमानपत्र वाचणे हे अगदीच नावापुरते असायचे. आता रोज फिरतांना रस्यावर वर्तमानपत्र विकण्याची दुकाने बघून विचार केला, कि यापुढे रोज कमीतकमी ४ - ५ तरी पेपर

वाचायचे म्हणजे मजा येईल. मग घरी सकाळ, लोकसत्ता, महाराष्ट्र टाईम्स, लोकमत आणि पुढारी हे पेपर सुरु केले.

पहिल्या दिवशी दारात ५ पेपर बघून मेजवानी मिळाल्याचा आनंद झाला. चहा घेऊन पेपर वाचन सुरु केले. त्या दिवशी फिरायला दांडी मारली. दुसऱ्या दिवसापासून हिस्ट्री रीपीट्स, म्हणजे फिरण्याला दांडी आणि सकाळी चहा नंतर पेपर वाचन सुरु व्हायचे. दुपारी जेवल्यानंतर दुपारच्या झोपण्यापूर्वी पेपर मधला वाचायचा राहिलेला भाग, आणि संध्याकाळी पुन्हा हे राहिले - ते राहिले म्हणून पेपर वाचन. अधून मधून आणि रात्री टीव्ही वर बातम्या आणि इतर, असे दिवस सुरु झाले. रोज फिरणे, व्यायाम हे हळूहळू इतिहासजमा झाले.

अहो, सकाळचे पेपर वाचन बंद करा आणि आधीसारखे फिरायला जात जा, नंतर दिवसभर वाचत बसा असे मला सांगून सांगून बायको कंटाळली. आधी जेव्हा मी सकाळी फिरायला जायचो तेव्हा फिरून आल्यानंतर मला गरम गरम नाश्ता द्यायचा म्हणून बायकोनी तिची फिरण्याची वेळ सकाळच्या ऐवजी संध्याकाळी केली होती. आता मी घरीच असतो हे बघून बायकोनी सकाळचे तासभर फिरणे सुरु केले.

दिवसभर वाचणे आणि टीव्ही आणि मित्रमैत्रिणींचे फोन यामुळे शरीराला हालचाल शून्य च्या बरोबर, त्यामुळे वजन / पोट वाढायला लागले.

काही दिवसांनंतर काही सणांमुळे पेपरला ३ दिवस सलग सुट्ट्या होत्या. हे पेपरमध्ये वाचून मी बेचैन झालो आणि बायको खुश झाली.

नेहेमी प्रमाणे त्यादिवशी सकाळी पेपर आले नाहीत. बायको म्हणाली - आज पूर्वीसारखे फिरायला बाहेर पडा. जवळच मनमोहन सोसायटी आहे, तिथे रस्ते मोकळे असतात. वाहनांची जा ये नसल्यामुळे तुम्हाला छान फिरता येईल. बरोबर मोबाईल ठेवा. काही वाटलं तर मला फोन करा. मी मनात विचार केला, पूर्वी फिरायला बाहेर पडतांना फोन बरोबर नेऊ नका असं बायको म्हणायची. आज फोन न्या असं का म्हणतेय हे समजत नव्हतं. बायकोचं केंव्हातरी ऐकावं असा विचार करून

फोन घेऊन बाहेर पडलो. विचार केला आता पाहिल्यासारखे तासभर चालायला जमणे कठीण आहे. १० - १५ मिनिटे फिरू आणि घरी येऊ.

बाहेर पडलो आणि थोडं पुढे गेल्यावर फोनची रिंग वाजली. नागपूरचा मित्र शर्मा याचा फोन होता. आज सकाळी सकाळी फोन... काय खास आहे.... अशी सुरुवात झाली आणि नेहेमीप्रमाणे गप्पा रंगत गेल्या. गाणी / किस्से यांची देवाण घेवाण सुरु झाली. शर्मांचा फोन म्हणजे कुठल्या विषयावरून कुठल्या विषयावर गप्पा जातील, हे एक कोडेच असते. गप्पांच्या नादात किती वेळ फिरत होतो, हे समजलेच नाही. घड्याळ बघितले तर घराबाहेर पडून १ तास झाला होता. पण भरपूर चालल्यामुळे शरीर एकदम हलके हलके वाटत होते आणि फ्रेशपणा तर जाणवत होताच.

मला तासभर फिरून आलेलो बघून बायको खुश दिसत होती. मस्त नाश्ता झाला. पेपर नसल्यामुळे जरा बायकोला घरकामात मदत केली.

दुसरा दिवस - आजपण पेपर नाही म्हणून बायकोच्या आग्रहामुळे फिरायला बाहेर पडलो आणि जातांना बायकोला मुद्दाम सांगितलं - मी तासभर काही चालणार नाही, १० - १५ मिनिटे फिरून परत येईन. बायकोनी बाय केलं आणि म्हणाली मोबाईल घ्या आणि बाहेर तर पडा.

थोडं पुढे गेलो आणि फोनची रिंग वाजली. मित्र श्री कलाल यांचा फोन होता. तिकडून कलाल : तुम्ही काल पाठवलेलं "बहारोसे पूछो, मेरे प्यार हो तुम, तुम्हारे तराने हम गा रहे है ...... " गाणं आत्ताच ऐकलं. गाणं खूपच छान जमलं आहे आणि खास म्हणजे माझ्या आवडीचं गाणं आहे. मग ते गाणं कुठल्या सिनेमातलं आहे, सिनेमातले कलाकार कोण कोण आहेत, गाण्याचे संगीतकार कोण आहेत, गीतकार कोण आहेत, यावर त्यांचं भाष्य झालं. बहुतेक सगळ्या सिनेमांची पूर्ण माहिती यांची कायम पाठ असते. मग त्यांनी त्यांच्या आवडीचं एक गाणं म्हणून दाखवलं. गप्पा रंगत गेल्या आणि किती वेळ चालत होतो हे समजलेच नाही. फोन संपला आणि घड्याळ बघितलं तर घरून निघून एक तास होऊन गेला होता. पण छान चालणं झाल्यामुळे फ्रेश वाटत होतं आणि हलकं वाटत होतं.

तासभर फिरून आलेलो बघून बायको खुश झाली. छान गरमागरम ब्रेकफास्ट झाला. वाचायला घरी पेपर नसल्यामुळे बायकोला घरकामात मदत केली. दिवस मस्त आणि फ्रेश गेला.

तिसरा दिवस - सकाळचा चहा झाला, आणि बायको म्हणाली आज पेपर नाही आहे तर तासभर फिरून या. दोन दिवस फिरल्यामुळे खरंतर छान वाटत होतं पण मनात फिरण्याची खुमखुमी तयार होत नव्हती. मी म्हटलं फिरून येतो, पण दहा पंधरा मिनिटे फक्त. बायको म्हणाली मोबाईल घ्या आणि आधी बाहेर पडा आणि मग ठरवा.

घराबाहेर पडलो, थोडं पुढे गेलो आणि फोनची रिंग वाजली. माझे वाचक मित्र श्री हसबनीस, वय ९० यांचा फोन होता. (गंमत म्हणजे आम्ही दोघांनी एकमेकांना अजून बघितलेलं नाही. तीन वर्षांपूर्वी कल्याण चे वाचक मित्र श्री गुमास्ते वय ९०, यांनाही अजून मी बघितलेले नाही, त्यांच्यामुळे ही फोनवर ओळख झाली होती). मी नुकताच लिहिलेला लेख "चेंज - बदल" यामधला चेंज म्हणून बाहेर जेवायला जाण्यापेक्षा एक वेळ लंघन करणे हा विचार त्यांना मनापासून आवडला, म्हणून त्यांनी फोन केला होता. त्यावर चर्चा झाली. मग श्रद्धा / अंधश्रद्धा या त्यांच्या आवडीच्या विषयावर गप्पा झाल्या. मग गप्पा पूर्वी एकत्र कुटुंब पद्धत होती, तेव्हा मजा कशी असायची वगैरे, यावर झाल्या, आणि बोलता बोलता किती वेळ गेला समजलेच नाही. घरी पोहोचलो, तास होऊन गेला होता. बायको खुश झाली, आणि म्हणाली - आज लवकर येणार होता ! कोण भेटलं बाहेर ? मी हसबनीस यांच्या फोन बद्दल सांगितलं. छान नाश्ता झाला. तासभर फिरल्यामुळे फ्रेश आणि हलकं वाटत होतं. दिवस छान गेला.

चौथा दिवस - आज पेपर येणार म्हणून मी खुश होतो आणि पेपर आला तर फिरणे नाही, म्हणून थोडा नाखूष पण होतो.

बायको म्हणाली : आज पेपर येणार म्हणून खुश का ?

मी : काही ठरतं नाही आहे. पेपर का फिरणे ? टॉस करावा लागेल.

आणि तेवढ्यात पेपरवल्याचा फोन आला - काका, मी बाहेरगावाला आहे. आज पण जरा पेपरशिवाय दिवस काढा

66

मी खुश झालो आणि बाहेर पडलो. बायको पण खुश झाली. बाहेर पडलो आणि थोडं पुढे गेलो आणि फोनची रिंग वाजली, आमचे २०१३ च्या युरोप ट्रिपचे मित्र गायकवाड यांचा फोन होता. त्यांनी स्टार मेकर वर म्हटलेलं "बाजीगर ओ बाजीगर" हे गाणं मला पाठवलं होतं. गायकवाड : मी पाठवलेलं बाजीगर ओ बाजीगर गाणं ऐकलं का ? मी म्हटलं अजून ऐकलं नाही. थोड्या वेळानी ऐकतो आणि माझा अभिप्राय कळवतो. मी हे गाणं बऱ्याच दिवसात ऐकलेलं नाही. त्यामुळे ऐकायला मजा येईल. मग त्यांनी गाण्याची झलक मला ऐकवली. मी पण तेच गाणं त्यांना ऐकवलं. आणि अशी निरनिराळ्या गाण्यांची आमची सफर सुरु झाली. गप्पांचा विषय आकर्षक दिसणे आणि त्याकरता आकर्षक कपडे इकडे वळला. त्यांनी नुकताच सूट शिवला होता व त्याकरता टाय शोधण्याकरता ते कुठे कुठे हिंडले यावर गप्पा झाल्या. मी पण आता सूट शिवावा असे त्यांनी सुचवले. गप्पा रंगत गेल्या, शेवटी बाय बाय झालं. मी घड्याळ बघितलं, तर तास होऊन गेला होता. घरी पोहोचलो. तासभर फिरून आल्यामुळे बायको खुश झाली. तासभर फिरल्यामुळे मला खूपच फ्रेश वाटत होते. मी मनात ठरवलं की उद्यापासून सकाळी पेपर वाचणे बाजूला ठेवायचं आणि रोज सकाळी १ तास फिरणे ही पहिली प्रायोरिटी.

दुसऱ्या दिवशी सकाळी सगळे पेपर घरी आले होते, मी कुठलाही पेपर न उघडता सगळे टेबलावर नेऊन ठेवले, तासभर फिरायचे आहे असे ठरवून वेळेवर फिरायला बाहेर पडलो. फिरताना मजा आली.

मनात सहज विचार आला की ही फिरण्याची छान सवय लागण्याकरता मित्र शर्मा, कलाल, हसबनीस, गायकवाड, यांचे फोन नक्कीच कारणीभूत होते. यांना फोन करून थँक्स म्हणायला पाहिजे.

मी शर्मा यांना फोन लावला आणि थँक्स म्हणून मनातले सांगितले
शर्मा : सुधीर इतने दूर थँक्स पहूचाने की जरूरत नही है. अपने ही घर मे हमारे भाभी जी को थँक्स दो.
मी : कुछ समझा नही
शर्मा : अरे भाभीजी ने ही हमे उस दिन सुबह तुमको फोन करने के लिए कहा था.

मी श्री कलाल यांना फोन लावला

कलाल : त्यादिवशी वहिनींनीच मला फोन करून सांगितलं, यांना आत्ता फोन करा. म्हणून मी फोन केला

अशाच प्रकारचे उत्तर मला श्री हसबनीस आणि गायकवाड यांच्याकडून त्यांना फोन केल्यानंतर मिळाले.

नंतर माझी ट्यूब पेटली, कि रोज फिरायला बाहेर पडताना बायको फोन बरोबर घेऊन जा असा आग्रह का करत होती. कारण बाहेर पडल्यावर या मित्रांचे जर मला फोन आले तर फिरण्याची वेळ तासभर तरी होणारच हे तिला नेहेमीच्या फोनच्या अनुभवावरून माहीत होते.

थोडक्यात म्हणजे ही चांगली सवय लागण्याकरता बायकोचं कारणीभूत होती, आणि मित्रांचा पण मला छान सवय लागण्याकरता मनापासून सहभाग होता. फिरायला जातांना मोबाईल बरोबर नेण्याचा पण फिरण्याची सवय लागण्याकरता छान उपयोग झाला. दुसऱ्या दिवशी मी सकाळी तासभर फिरून घरी जाताना बायको करता तिच्या आवडीच्या फुलांचा सुंदर गजरा घेऊन गेलो, आणि थँक्स म्हणालो..... मित्रांना पुन्हा फोन करून थँक्स दिले. मोबाईलला पण नमस्कार केला.

आता २० दिवस झाले, मी न चुकता रोज सकाळी तासभर मस्त फिरतो. जातांना आता मोबाईल बरोबर नेत नाही. आता ती माझी जीवनशैलीच झाली आहे. फिरणे मस्त एन्जॉय करतो. तब्येत पण दिवसभर फ्रेश राहते. बायकोची रोज सकाळी फिरणे ही जीवनशैली होतीच, ती माझ्यामुळे थोडा ब्रेक घेऊन पुन्हा सुरु झाली.

एक दिवस दुपारी वॉट्सअप बघतांना एकानी फॉरवर्ड केलेला मेसेज वाचण्यात आला -

“21/90 Good Habits And A Great Life”

The 21/90 rule states that it takes 21 days to make a habit and 90 days to make it a permanent lifestyle change.

Is there any new lifestyle change you would like to make? Commit to your goal for 21 days and it will become a habit. Commit to your goal for 90 days **and it will become a part of your life style.**

मला ही कल्पना खूपच आवडली, कारण मी याचा प्रत्यक्ष अनुभव घेत होतो. माझ्या बाबतीत मात्र 21/90 हा आकडा बायकोनी कल्पना शक्ती वापरून केलेल्या पाठपुराव्यामुळे 4/20 झाला होता.

मंडळी, तुम्हाला पण तुमच्या जीवनशैलीमध्ये काही छान बदल घडवून आणायचे असतील तर 21/90 ह्या रूल चा अवश्य उपयोग करा.

बायकांना तर अशक्य असे काहीच नसते. त्या हा रूल वापरून स्वतःची जीवनशैली तर बदलवू शकतातच आणि नवऱ्याची पण बदलवू शकतात . . . . . .

छान विचार -- घुमते रहो, नाचते रहो, गाते रहो, खेलते रहो, हसते रहो, और व्यायाम करते रहो, बाकी चिजे तो अपने आप होते रहेगी.

ऑटो रिक्षा - मजेशीर आठवणी

मला ऑटो रिक्षा प्रवासाचे नेहेमीच छान आणि मजेशीर अनुभव येतात. कधीकधी हात दाखवून ऑटो थांबत नाहीत किंवा मला ज्या दिशेला जायचे असते, त्या दिशेला ऑटो यायला तयार नसते, असे पण होते. पण असे होणारच कारण शेवटी हे सगळे वैयक्तिक व्यवसाय आहेत. आणि त्यांना पण स्वतःची सोय बघून व्यवसाय करणे, हे फ्रिडम आहेच ! आणि असायला पण पाहिजे. सगळ्या ठिकाणी गिऱ्हाइकांचीच सोय बघून कसे चालेल ! आपण पण बऱ्याच वेळेला, घरामधे / ऑफिसमधे / एखाद्या कार्यक्रमामधे आपली स्वतःची सोय बघत असतो, इतरांची त्यामुळे गैरसोय होणार आहे, हे दिसत असते, पण आपण त्याकडे दुर्लक्ष करतो.

माझे 3 छान अनुभव खाली देत आहे –

अनुभव १ -

जुनी आठवण आहे. आम्ही मगरपट्टा मध्ये मुलीकडे राहायला गेलो होतो. एक दिवस काही कामाकरता मी बाहेर गेलो होतो आणि काम संपल्यानंतर परत जाण्याकरता मी नोबेल हॉस्पिटलच्या बाजूच्या रस्त्यावर एका हॉटेलजवळ उभा होतो. ओला ची ऑटो बुक केली आणि ऑटोला फोन केला. २ मिनिटात ऑटो आली.

रिक्षावालेदादा : काका, मी घरी जायला निघालो होतो आणि तेवढ्यात तुमचं बुकिंग आलं. मी बुकिंग कॅन्सल करणार, इतक्यात तुमचा फोन आला आणि मी बुकिंग कॅन्सल करण्याचा विचार बदलला आणि आलो.

मी ऑटोत बसलो आणि आम्ही मगरपट्ट्याकडे निघालो.

मी : दादा, तुम्हाला घरी काही अर्जंट काम असेल तर सांगायचं. मी दुसरी ऑटो बुक केली असती.

रिक्षावालेदादा : तुम्ही फोनवर बोलतांना, नमस्कार दादा, असं म्हणून सुरुवात केली, ते मला खूप आवडलं. आतापर्यंत इतकी बुकिंग आली, फोन आले, पण नमस्कार नी सुरुवात करणारा कोणीही भेटला नाही.

तुम्हाला भेटायचं म्हणूनच मी बुकिंग कॅन्सल केलं नाही. काका, तुमचं वय किती आहे

मी : सत्तर पूर्ण

रिक्षावाले दादा : माझे वडील पण आज साधारण याच वयाचे असते. तुम्ही मला वडिलांसारखेच आहात.

थोड्या अजून गप्पा झाल्या आणि रिक्षा मुलीच्या घरापाशी आली. उतरून मी बिल दिले.

रिक्षावाले दादा : काका, तुम्ही तब्येत मस्त मेंटेन केली आहे. असेच कायम राहा. आमच्या सारखं जाड होऊन काय फायदा.

मी : दादा, तुमची पण तब्येत छानच आहे. तुमची तब्येत नेहेमीच छान राहो अशी मी देवाकडे प्रार्थना करतो. पुन्हा भेटू.

रिक्षेवाल्यादादांनी खाली उतरून आणि वाकून मला नमस्कार केला आणि अच्छा केले.

<u>अनुभव २ -</u>

आम्ही मगरपट्टा मध्ये काही दिवसांकरता मुलीकडे रहायला गेलो होतो. नात समीहा हिचा बुधवारी हडपसरमध्ये सोलापूर रोडवर सेलेब्रिया सोसायटीत संध्याकाळी ६ ला नाचाचा क्लास असतो. ऋता (बायको) तिला सोडायला जाणार होती आणि तिथेच थांबून क्लास संपला, कि तिला परत आणणार होती. मी त्यांच्याकरता ओलाची ऑटो बुक केली. लगेच ड्रायव्हरला फोन करून कुठल्या बिल्डिंगशी यायचं, वगैरे सांगितलं. ऑटो बिल्डिंगसमोर आली आणि दोघी क्लासला गेल्या. ७. ३० ला ऋताचा फोन आला - क्लास संपला आहे, ऑटो बुक करा. मी ओला ची ऑटो बुक केली आणि त्या सोसायटीमध्ये आत कुठे जायचे आणि कुणाला पिक अप करायचे, हे सांगण्याकरता ड्रायव्हरला फोन लावला.

मी : नमस्कार,

ड्रायव्हर : काका पुढचे काही सांगू नका. मला सगळे माहित आहे. सेलेब्रिया सोसायटीमधे आत सरळ शेवटपर्यंत जायचे, तिथून मॅडम आणि लहान मुलगी यांना घ्यायचे आणि लॅबर्नम पार्क मधे जे बिल्डिंगशी सोडायचे.

मी : दादा, मी काही बोललो पण नाही, आणि तुम्हाला हे कसे समजले ?

ड्रायव्हर : तुमच्या बोलण्याच्या स्टाईल वरून मी ओळखले, कि, ज्यांना दीड तासापूर्वी सोडले होते, त्यांचेच बुकिंग आले आहे.

मी : अहो, मी काही बोललोच नाही, तर माझी स्टाईल काय समजणार ?

ड्रायव्हर : काका, रिक्षा ड्रायव्हरशी पण बोलतांना 'नमस्कार' म्हणून सुरुवात करणे हीच तुमची वेगळी स्टाईल आहे. ओलाच्या बुकिंग मुळे रोज इतके फोन होतात, पण कुणीही बोलतांना नमस्कार म्हणत नाही. अजून किती वेळ लागेल / केव्हाची वाट बघतोय / अशीच सुरुवात असते. आणि पिकअप करायला आलो होतो तेव्हा तुमचे बोलणे ऐकले होते - क्लास संपला कि ऑटो बुक करण्याकरता फोन कर.

मी ड्रायव्हरशी दोन शब्द बोललो, धन्यवाद दिले आणि फोन बंद केला. थोड्या वेळातच बायको आणि नात घरी आले.

अनुभव ३ -

बऱ्याच वेळेला बावधनहून घरी जातांना रिक्षेशी संबंध येतो. गुजराथ कॉलोनी मधून कोथरूड भाजी मंडईपर्यंत चालत आलो. कोपऱ्यावरच फरसाणच्या दुकानासमोर एक ऑटो उभी दिसली. तिथपर्यंत पोहोचलो आणि तेव्हाच ड्रायव्हर खाली उतरून बाहेर पडत होते.

मी : दादा, कर्वेनगर ला चलणार का ?

ड्रायव्हर : चला. आणि ड्रायव्हर मागे वळले

मी : तुम्हाला या दुकानात काही घ्यायचंय का ?

ड्रायव्हर : सकाळी निघतांना मुलीनी सांगितलं होतं, येतांना ढोकळा आणा. इथे ढोकळा चांगला मिळतो. तिला ढोकळा फार आवडतो. पण तुम्ही बसा, आधी तुम्हाला सोडतो. ढोकळा पुढे कुठेतरी घेईन.

मी : मुलीकरता ढोकळा घेऊन या. मला ५ - १० मिनिटांनी काही फरक पडत नाही. घेऊन या , मी थांबतो.

५ मिनिटात ड्रायव्हर हातात एक पाकीट घेऊन आले आणि गाडी सुरु केली. त्यांच्या चेहेऱ्यावरचा आनंद बघून मी जाम खुश झालो. थोडं पुढे गेलो आणि माझ्या लक्षात आलं, कि मीटर सुरु करायचे राहीले आहे.

मी : दादा, मीटर सुरु करायचे राहीले आहे. सुरु करा.

ड्रायव्हर : राहू द्या. काका, तुमच्या मनाला येईल तेवढे पैसे द्या.
माझी उतरण्याची जागा आली. मी नेहेमी देतो तेवढे पैसे दिले, त्यांनी ते मोजले पण नाही आणि खिशात ठेवले.
धन्यवाद, पुन्हा भेटू ची देवाण घेवाण झाली आणि आम्ही आपापल्या मार्गाला लागलो. मजा आली.

बायकोच्या हाताची जादू -

दोन दिवसांपूर्वी झोपेमधे माझी मान अवघडली. सकाळी उठलो तेव्हा मान दुखत होती आणि डावीकडे, उजवीकडे, वर, खाली वळवायला खूपच त्रास होत होता. दोन दिवस मान शेकणे, निरनिराळी ऑइंटमेंट लावून बघणे, असे बरेच प्रयोग केले. पण मान दुखण्यावर काहीही फरक पडत नव्हता.

गुगल सर्च वरून समजले की अशा वेळेस बायकोने दुखणाऱ्या जागेवर प्रेमाने हात फिरवला तर दुखणे हमखास थांबते.

आणि त्याप्रमाणे काल रात्री झोपण्यापूर्वी बायकोने मानेवर प्रेमाने हात फिरवला, छान झोप लागली आणि आश्चर्य म्हणजे आज सकाळी उठलो तेव्हा मान दुखणे पूर्ण थांबलेले होते.

बायकांच्या हातात नक्कीच काहीतरी जादू असली पाहिजे. प्रत्येकाला केव्हातरी मान दुखणे, पाठ दुखणे, गुडघे दुखणे, कंबर दुखणे, डोके दुखणे, असे होत असतेच. अशावेळेस नेहेमीचे काहीही उपचार करू नका. डायरेक्ट हा प्रयोग जरूर करून बघा.
आणि फीडबॅक जरूर द्या.

सिक्स सीटर रिक्षा - मजेशीर आठवण

मी मुलीकडे बावधनला होतो. दुपारी ५ च्या सुमाराला घरी जाण्याकरता तिथून निघालो. मेन रोडला आल्यानंतर १५ एक मिनिटात गुजराथ कॉलोनी पर्यंत जायला बस मिळते. आज बराच वेळ झाला, तरी बस येतंच नव्हती. विचार केला डेपो पर्यंत ६ सिटरनी जावं आणि पुढे थोडं चालत जावं आणि नंतर ऑटो करावी. या कॉम्बिनेशन मुळे सगळ्याचं वाहनांचा आनंद आणि जरा वेगळी मजा अनुभवता येते. ६ सिटरवाले मागच्या दोन्ही बाकांवर ४ - ४ जण घेतात आणि पुढे १ जण घेतात. बाकावरचे चारही जण जर अंगानी बरे असतील, तर अगदी कोंबाकोंबी केल्यासारखाच प्रवास करावा लागतो. पण ६ सिटरच्या पैशात जायचं, म्हणजे ‘चलता है’ म्हणायचं, जरा मागे पुढे होऊन, आपली सीट जास्तीत जास्त टेकवायचा आपण प्रयन्त करायचा, एवढेच आपल्या हातात असते. २ मिनिटात ६ सीटर आली.

मागे एका सीटवर ४ जण होतेच. एकावर ३ होते. तिघेही तब्येतीने बऱ्यापैकी मस्त होते आणि ऑलरेडी अडचणीत बसले होते. मला बघून कोपऱ्यातल्या माणसाला बरे वाटले. मी कसाबसा बाकावर शिरलो आणि टेकलो.

तो माणूस : काका, दिक्षित का ?

मला पटकन समजले नाही, पण थोडी उशिराने माझी ट्यूब पेटली - तब्येतीने बारीक म्हणजे दिक्षित

मी : हो, हो. दिक्षित

बाजूचा माणूस : कधीपासून ते डाएट करताय ?

मी : एक वर्ष झालं असेल.

माझ्या समोरच्या बाकावरचे : मला पण वजन कमी करायचं आहे. काय प्लॅन असतो ?

मी थोडक्यात प्लॅन ची माहिती सांगितली. सविस्तर माहिती घेण्याकरता त्यांची सेंटर्स आहेत. सगळे कन्सल्टेशन फ्री असते. त्यांच्या गायडन्स खाली प्लॅन समजून घेता येतो आणि सुरु करता येतो
(आमचा संवाद ऐकून ड्रायव्हर पण आमच्यात जॉईन झाले)
रिक्षावाले : दिक्षीतांमुळे आम्हाला खूप रिलीफ मिळाला आहे. एका सीटवर ४ बसू शकत नाहीत, हे आम्हालाही समजते. पण बसवावेच लागते. काय करणार !
मी : ३ - ३ जणांना नीट बसता येते. ४ का बसवावे लागतात ? आणि दिक्षीतांमुळे तुम्हाला काय फायदा झाला ?
रिक्षावाले : ट्रॅफिकच्या वेळेला सकाळी आणि संध्याकाळी उलट्या दिशेनी जातांना गिऱ्हाईक अगदीच कमी असतात, पण आहेत तेवढे घेऊन जावे लागते, कारण तिकडून येणारे भरपूर असतात. अशा वेळेस मिळतील तेवढे म्हणजे २ - ३ गिऱ्हाईक घेऊन एक साईड मारावी लागते. ते भरून काढायला आम्ही गर्दीच्या वेळेस मागे ४ - ४ बसवतो. मनाला ते पटत नाही, पण धंद्याकरता करावे लागते. अशा ट्रिप मध्ये २ जण जरी दिक्षित भेटले तरी मागच्यांना आरामात बसता येते.
मी : दादा, ड्रायव्हर च्या सीटवर तुम्ही एकटेच असता, त्यामुळे तुम्हाला बसायला अडचण म्हणून नाहीं, पण तुम्ही पण दिक्षित सुरु करा. एक महिना करून बघा, आणि तब्येतीत फरक वाटतो का ते बघा.
माझ्या समोरच्या सीटवरचे एक जण : काका, दिक्षीतांमुळे मला पण खूप फायदा झाला आहे.
मी (मनात) : यांच्याकडे बघून यांना काही फायदा झाला आहे, असे दिसत तर नाही. कशाला हे फायदा म्हणत आहेत !
मी : दादा, तुम्ही इतक्यातच दिक्षित सुरु केले आहे का ? आणि काय फायदा वाटतो ?
समोरच्या सीटवरचे : काका, मी दिक्षित अजून सुरु केले नाही. बायको रोज मागे लागते, पण दिवसात ४ - ५ वेळा खाण्याची सवय / ४ - ५ वेळा चहा, हे तोडणे कठीण आहे. मला, म्हणजे माझ्या धंद्याला दिक्षितांमुळे जबरदस्त फायदा झाला आणि होतो आहेच

रिक्षावाले : अरे, काय फायदा झाला ते तर सांगा
समोरच्या सीटवरचे : माझा टेलरिंग चा धंदा आहे. कपडे आल्टर करण्याचे छोटे दुकान आहे. पूर्वी कपडे आल्टर करणारे थोडे गिऱ्हाईक असायचे. आता दिक्षित सुरु झाल्यापासून पॅन्ट ची कंबर कमी करण्याकरता खूप गिऱ्हाईक येतात. पूर्वी लोकांकडे ३ - ४ पॅन्ट असायच्या, आता बहुतेकांकडे १० - १५ पॅन्ट आरामात असतात. १ इंच कंबर कमी झाली ,कि लोक खुश होतात, आणि सगळ्या १० - १५ पॅन्ट आणून देतात. बरेच जण एकदा आल्टर करून गेल्यावर काही महिन्यात पुन्हा येतात, कंबर अजून कमी करायला. म्हणजे पुन्हा १० - १५ पॅन्ट.

कधी कधी मला एकट्याला आवरत नाही, म्हणून बायकोला पण मदतीला दुकानात बोलवायला लागलो. तिला दुकानात बघून दिक्षित बायका पण लेडीज कपडे आल्टर करायला यायला लागल्या. आजकाल सगळ्याच बायकांकडे किती कपडे असतात हे सांगायलाच नको. आता दुकानात कपडे ठेवायला जागा कमी पडते आहे. बायको आता रोजच दुकानात येते. आणि आता दोन मदतनीस पण ठेवले आहेत. दीक्षितांची कृपा आहे. हरी ओम - हरी ओम.
गप्पा गप्पांमध्ये शेवटचा स्टॉप आला.
रिक्षावाले : आता सगळेच दीक्षित सुरु करा, म्हणजे मला गर्दीच्या वेळेत सीटवर ४ -४ च्या ऐवजी ५ - ५ बसवता आले पाहिजेत.
सगळेच एकदम : दिक्षित नक्की बनू आणि ४ -४ आरामशीर बसू. पण ५ - ५ ला आमचा विरोध राहील.
रिक्षावाले मला उद्देशून : काका, तुमच्यामुळे आज पहिल्यांदाच पूर्ण प्रवासात चहल पहल राहिली. नाहीतर नेहेमी सगळेच तोंडावर बोट ठेऊन असतात किंवा सगळेच मोबाईलवर असतात. धन्यवाद.
समोरच्या सीट वरच्या मॅडम : थँक्स काका, तुमच्यामुळे आजचा प्रवास मजेशीर झाला. तुम्हाला थोडा वेळ असेल, तर तुमच्याशी दोन मिनिटे बोलायचं होतं.
मी : नक्कीच बोलू
सगळेच मला थँक्स देत, हसत हसत खाली उतरले.

मी मॅडम शी २ मिनिटे करत करत १५ मिनिटे बोलत होतो. नंतर बाय करून आम्ही मार्गस्थ झालो.

बायको खुश असेल तर घर खुश असतं - सगळेच जाणकार असंच सांगतात. पण बायकोला खुश कसे ठेवायचे हे कोणीच सांगत नाहीत.

सगळे म्हणतील ÷÷ अहो बायकोला खुश करणं आणि ठेवणं खूपच कठीण आणि खर्चिक काम असतं. कुठल्या घरात बायको खुश आहे ते दाखवा. म्हणून त्या भानगडीत न पडलेलंच बरं.

मी पण आधी याच मताचा होतो. पण हार मानणं हा तर आपला स्वभावच नाही. मी "शोधा म्हणजे सापडेल आणि ठोठवा म्हणजे उघडेल" या म्हणींच्या प्रेमात पडलो. आणि मला सोपा मार्ग सापडला.

पाचशे रुपयांर्यंत छान कॅरम बोर्ड मिळतो. मी ऑनलाइन ऑर्डर केला. आपण हरायचे आहे हे मनात पक्के ठरवून बायकोशी कॅरमचा एक डाव रोज म्हणजे रोज मी खेळतो. आपण अगदी मन लावून खेळतो आहे असं दाखवायचं. मधे मधे बायकोला चियर्स करायचे. आणि शेवटी आपण हरायचं. आपण नवऱ्याला हरवू शकतो हा एक वेगळाच आनंद बायकांना असतो, काय आनंद असतो ते बायकाच सांगू शकतील.

त्या दिवसापासून बायको रोजच खुश असते हा माझा अनुभव. आणि त्यानंतर - मला घरामध्ये काहीही काम करावे लागत नाही, दिवसभर मोबाईल / टीव्ही / पेपर वाचन केले तरी काहीही प्रॉब्लेम नाही. दिवसभरात केव्हाही आणि कितीही वेळा चहा मिळतो, वगैरे वगैरे . . .

पेमेंट ऑन डिलिव्हरी या ऑप्शन खाली मी तुमच्या करता पण ऑर्डर करू शकतो. जरूर कळवा - ९२२५६३११००

संगीत खुर्ची

२००९ मध्ये रिटायर झाल्यानंतर दरवर्षी छोट्या मोठ्या ट्रिप्स करणे सुरूच होते. निरनिराळ्या ग्रुप्सशी ओळखी व्हायच्या आणि मजा यायची. ही आठवण जुनी म्हणजे डिसेंबर, २०१६ ची आठवण आहे. रविवार होता, नवीन ओळख झालेल्या एका ग्रुप मधले आम्ही मित्र आणि त्यांचे परिवार सदस्य असे २३ जण मनालीॲग्रो फार्म ला (केतकावळे बालाजी जवळ) हुरडा खायला गेलो होतो. जाण्या - येण्याकरता बस आणि तिथे दिवसभर राहणे अशी व्यवस्था ॲग्रो फार्म ची असते. त्यादिवशी तिथे इतर सगळे मिळून ६० जण आले होते. जेवल्यानंतर त्यांनी काही events ठेवल्या होत्या.

एका मोठ्या हॉलमध्ये 'संगीत खुर्ची' करता सगळे जमलो. १० खुर्च्या ठेवल्या होत्या. तिथल्या मॅडमनी कोण कोण खेळणार अशी विचारणा केली. ३ - ४ मुलं मुली पुढे आले. काही यंग लेडीज हात वर करून पुढे आल्या. माझ्या मनात आलं why not me. मी हात वर केला आणि पुढे गेलो. ११ जण जमल्यावर खेळ सुरु झाला.

म्युझिक सुरू झाले. म्युझिक थांबले आणि माझ्या उजव्या हाताशी खुर्ची आली. १ जण आउट झाला. पहिला राउंड बघून काही उत्सुक जणांनी आम्ही पण खेळतो म्हणून हात वर केले. रेफ्री नी त्यांना समोर

बोलावले. आउट झालेला १ बाहेर आणि नविन १ उत्सुक आत, असे राउंड सुरू झाले. मला खुर्ची मिळत गेली - मी टिकून होतो.

सगळे उत्सुक संपल्यानंतर , १ जण आउट , १ खुर्ची कमी, असे राउंड सुरु झाले. पूर्ण खेळात जेन्टस् मधून एकच, म्हणजे माझी entry होती. बाकी यंग लेडीज - मुले - मुली होत्या. प्रत्येक राउंडनंतर १ खुर्ची कमी व्हायची, end to end distance maintain करण्यासाठी खूर्च्यांमधलं अंतर वाढत जायचं. आता २ खुर्च्या, २ यंग लेडीज आणि मी अशी खेळी येउन ठेपली. समोरच्या दोघींना कसे हरवता येईल, वगैरे, असे विचार माझ्या मनात आले नाहीत. मनात एकच विचार होता let me put my best and win the race. खालची एका ठिकाणची फरशी थोडी घसरडी होती त्यामुळे पळतांना पडण्याची भिती होती, म्हणून सांभाळून पळावे लागत होते. मी रिंग मधल्या दोन्ही यंग लेडीज कडे बघितलं, माझ्याकडे बघितलं, मग वर बघितलं. लक्षात आलं "जीत या हार तो उपरवालेके हाथ मे है, लेकिन नजर तेज रखना, कान तेज रखना, दिमागसे दौडना, ये तो अपने हाथ मे है". राउंड सुरू झाला, म्युझिक सुरु झालं - आम्ही तिघेही सावधानीने पळत होतो. म्युझिक थांबलं आणि मला खुर्ची मिळाली.

आता last round. १ खुर्ची आणि पळणारे दोघे. एक मी आणि एक यंग लेडी. रेफ्री नी सांगितलं - एकाने clockwise पळायचे व दुसऱ्यानी anti clockwise पळायचे. राउंड सुरू झाला, म्युझिक सुरू झाले. यावेळेस म्युझिक जरा जास्त वेळ सुरु होते. कान म्युझिक कडे, डोळे एकुलत्या एक खुर्चीकडे / एका घसरड्या फरशींकडे आणि पळणाऱ्या दुसऱ्या मॅडम कडे, असे बॅलन्सिंग सुरु होते. आणि एकदम म्युझिक थांबले आणि आम्ही दोघेहि एकाच वेळी खुर्ची जवळ पोहोचलो .

मी (मॅडम ना) : तुम्ही बसा. लेडीज फर्स्ट

मॅडम (मला) : तुम्ही बसा. सिनियर्स फर्स्ट

आमचा असा संवाद रेफ्रींना नवीनच होता आणि बघणाऱ्यांनाही विश्वास न बसणारा असाच होता. रेफ्रीन्नी बाजूला केलेली एक खुर्ची आमच्या तिथे आणून ठेवली

रेफ्री : तुम्ही दोघंही बसा.

आणि रेफ्री यांनी आमचा एक एक हात धरून वर केला आणि आम्हाला दोघांनाही पहिले बक्षीस जाहीर केले. आम्ही दोघांनी एकमेकांचं अभिनंदन केलं. सगळ्यांनी जोरदार टाळ्यांनी आनंद व्यक्त केला.

बक्षीस घेतांना लक्षात आलं कि समोरच्याला मान देणं / त्याचं कौतुक करणं यात एक वेगळाच आनंद असतो. आणि डोक्यात ट्यूब पेटली, खेळात भाग घेण्याकरता age is no bar. Our mindset has the bar which sets limits for us.

<< Let us change our mind set and remove this bar. Then what remains is 'Sky is the limit' >>

सुंदर विचार -

The Happiest people are the Givers, and not the Takers.

Giving can be in any form -

It can be money, it can be material. It can also be in the form of physical assistance / friendship / or giving confidence.

It can be entertainment also.

It can also be in the form of smiling face ...

माझी दिनदर्शिका - My Calender

मित्रमैत्रिणी, नातेवाईक, सहकारी, आणि काही खास खास जणांकडून आलेल्या नव वर्षाच्या शुभेच्छांमुळे सगळ्यांचेच हे चालू झालेले नवे वर्ष छानच सुरु झालेले असणार. नवीन वर्ष सुरु झालं, कि, सगळ्यांच्याच घरामधल्या एक - दोन भिंतींची, "आता जुने कॅलेंडर काढा आणि नवीन येऊ द्या" अशी कुणकुण सुरु होते. कालनिर्णय सारखी कॅलेंडर बाजारात विकत मिळतात, त्यांना खूप मागणी असते. यामध्ये मराठी महिन्यांची पण संपूर्ण माहिती असते, त्यामुळे आपले सणवार, तिथी वगैरे बघता येते. बहुतेक बँकांची आणि काही कंपन्यांची पण छान

छान कॅलेंडर असतात आणि त्यापैकी पण काहींमध्ये आपले सगळे सणवार दिलेले असतात. नवीन वर्ष सुरु झाल्यानंतर साधारण पहिल्या १० - १५ दिवसांमधे सगळ्यांच्या घरात जुनी कॅलेंडर जाऊन नवीन आलेली असतात. कॅलेंडर ची ऍलर्जी असणारी पण काही घरे असतात. काही घरांमध्ये नवीन कॅलेंडर लावण्याचा उत्साह खूप असतो, पण ३ - ४ महिने उलटले, कि कॅलेंडर कुठला महिना दाखवत आहे, आणि कुठला महिना चालू आहे, यांचा काही ताळमेळ नसतो. हा लेख वाचल्यानंतर सगळेच कॅलेंडरच्या बाबतीत सतर्क होतील, हे मात्र नक्की.

कॅलेंडरचं चालू महिन्याचं पान समोर आलं, कि, या महिन्यात एकादशी कधी आहे ? चतुर्थी कधी आहे ? असे उपास करण्याचे दिवस समजतात. गणपती कधी आहेत / नवरात्री कधी आहेत / दिवाळी - दसरा, असे सगळे मोठे सण समजतात. चालू महिन्यात बँक हॉलिडेज कधी आहेत / सुट्या कधी आहेत / शनिवार - रविवार ला जोडून सुटी आहे का ? अशा सगळ्या गोष्टी डोळ्यासमोरून घालता येतात आणि काही छोटे - मोठे प्लॅनिंग करता येते, आणि ते वेळेवर पूर्ण पण करता येते.

यांच्याशिवाय वर्षभरात अशी पण बरीचशी कामे असतात, कि, जी त्या-त्या महिन्यात किंवा त्या-त्या दिवशी किंवा त्याआधीच पूर्ण करावी लागतात. नाहीतर भुर्दंड बसू शकतो. आणि मनस्ताप पण होऊ शकतो.

माझा मित्र पुराणिक गेल्या वर्षी २० मे ला नोकरीमधून निवृत्त झाला. ऑफिस कडून छान सेंड ऑफ झाला, घरच्यांनीपण साठीचा मोठा कार्यक्रम केला आणि त्याचे रिटायर्ड लाईफ सुरु झाले. मध्यन्तरी एक दिवस हा बाईक वर चांदणी चौकातून चालला होता. इथल्या स्थानिक संस्कारांमुळे हेल्मेट नव्हतेच. पोलिसांनी हात करून गाडी थांबवली. आणि लायसेन्स मागितले. हा जरा रिलॅक्स झाला. म्हणजे हेल्मेट - नाही हे कारण नाही, लायसन्स चेक करणे सुरु असेल. यानी खिशामधून पाकीट काढलं आणि लायसन्स पोलिसाच्या हातात दिलं. म्हणजे आता लायसन्स परत घ्यायचं आणि सुटायचं.

पोलीस : साहेब, लायसन्स स्वतः बघा आणि मग दाखवा. गाडी साईड ला लावून या.

मित्र : लायसन्स माझंच आहे.
पोलीस : तुमचंच आहे साहेब, तारीख पण बघा
मित्राची ट्यूब पेटली. रिटायर झालो त्याच दिवशी मुदत संपली आहे. आणि रिन्यू चे जाम विसरलो.
पुढे काय झाले असेल, ते सुज्ञास सांगणे न लगे.
माझी दिनदर्शिका जर असती, तर असे प्रसंग नक्कीच टळतात.

माझा मित्र गणेश पाच वर्षांपूर्वी निवृत्त झाला. कंपनीचे काही फंड आणि इतर पैसे त्याची कंपनी एलआयसी मध्ये जमा करते आणि आपल्याला ॲन्युइटी करून देते, जेणेकरून लाईफ लाँग आपल्याला पेन्शन सारखे पैसे मिळत राहतात. काही प्रकारच्या ॲन्युइटी करता दर वर्षी विशिष्ठ तारखेच्या आत जिवंत असल्याचे प्रमाणपत्र एलआयसी कडे पाठवावे लागते. स्कीम व्यवस्थित सुरु झाली. सुरवातीला आपण दर महिन्याला पैसे जमा होत आहेत हे बघतो, नंतर दर महिन्याला बघणे होत नाही आणि तशी जरूर पण भासत नाही. गेल्या वर्षी त्याच्या लक्षात आलं, कि, ५ -६ महिने एलआयसी चे , पैसे जमा झालेलेच नाहीत. ॲन्युइटी मुंबईच्या ऑफिस ची होती. तिथे फोन लावला. आपल्याकडे आपल्या कामाकरता सरकारी कार्यालयात फोन लागणे हे एक दिव्यच असते. कायम एंगेज टोन येत राहतो. असंख्य वेळा ट्राय केल्यानंतर रिंग वाजते पण कुणी फोन उचलत नाही. मग असंख्य वेळा ट्राय केल्यानंतर केंव्हातरी तिथली रिसेप्शनिस्ट फोन घेते आणि तिथल्या कन्सर्न्ड माणसाला रिंग जाते, बराच वेळ पुढची रिंग वाजत असते आणि फोन कट होतो. या दिव्यामधून बाहेर पडल्यावर गणेशचा फोन लागला आणि समजलं, कि, जिवंत असल्याचा दाखला न पाठवल्यामुळे पेमेंट बंद झाले आहे. नंतर सगळे सुरळीत होण्याकरता किती फोनाफोनी / किती वेळ लागला असेल, ते - सुज्ञास सांगणे न लगे.

मोबाईल रिचार्ज करण्याची वेळ जवळ आली, कि, त्या कंपन्यांचे सारखे रिमायंडर यायला सुरुवात होते. काही वेळा तर रिचार्ज केल्यानंतर पण रिमायंडर येणे सुरु असते. असे रिमायंडर जिवंतपणाचा दाखला मागण्याकरता का येत नाहीत, असा विचार मनात येणे साहजिक आहे,

पण अजून तरी येत नाहीत, हे सत्य आहे. परदेशात मात्र तशी सोय आहे. माझा एक मित्र स्वीडन मध्ये रहातो. याच विषयावर त्याच्याशी बोलतांना तो म्हणाला --

मित्र : तुमचे कुठलेही पेमेंट / डॉक्युमेंट ड्यू असेल तर तुम्हाला त्या ऑफिसकडून रिमायंडर हमखास येते. जिवंतपणाचा दाखल ड्यू असेल तर, त्या ऑफिस कडून मेसेज येतो - "सर / मॅडम, तुम्ही आहात ना ? असाल तर कसे आहात ? हसताय ना ? वगैरे, वैगेरे. जर असाल, तर जिवंतपणाचा दाखला अमुक अमुक तारखेपर्यंत जरूर पाठवा. तुमच्या दीर्घायुष्याकरता आमच्या शुभेच्छा ! दाखला आला नाही, तर काय ते आम्ही समजून घेऊ आणि योग्य ती प्रेयर पण तुमच्याकरता करू.

माझी दिनदर्शिका जर असती तर गणेश वर असा प्रसंग आला नसता, हे नक्की.

आवडो - न - आवडो, आपल्या सगळ्यांना इन्कम टॅक्स रिटर्न हे दर वर्षी भरावेच लागते. टॅक्स मध्ये जास्तीत जास्त वजावट मिळावी याकरता सगळेच प्रयत्नशील असतात. वजावट घेण्याचा एक महत्वाचा मार्ग म्हणजे ८० सी खाली वजावट मिळवणे. माझा एक मित्र आहे द्वारकादास, स्वतः सीए आहे आणि टॅक्सची प्रॅक्टिस करतो. त्यालाही रिटर्न भरावे लागते. गेल्या वर्षी रिटर्न भरतांना त्याच्या लक्षात आलं , कि यावर्षी पीपीएफ मध्ये पैसे भरायचे राहिले आहेत. गडबडीमुळे किंवा विसरल्यामुळे, लक्षात राहिले नाही आणि बाजूला ठेवलेले पैसे पीपीएफ मधे भरायचे राहिले, त्यामुळे दीड लाखावर मिळणारी वजावट त्याच्या स्वतःच्या अक्कलखाती पडली. माझी दिनदर्शिका जर असती तर असा प्रसंग नक्कीच आला नसता.

माझी एक मैत्रीण आहे मनवा. तिच्याकडे बऱ्याच वर्षांपूर्वी घेतलेली इंडिका होती. सहा वर्षांपूर्वी तिनी ऑटोमॅटिक गाडी घेतली आणि इंडिका सोसायटीच्या व्हिजिटर्स पार्किंग मधे सुस्तावली. गेल्या वर्षी सोसायटीनी वापरात नसलेल्या गाड्या हलवाव्या अशी नोटीस लावून सगळ्यांना तशी विनंती केली. मनवाला कल्पना आवडली. इंडिका विकून टाकावी म्हणून तिनी एजंट ना गाठलं.

एजंट : तुम्ही गाडीचे कागद, इन्शुरन्स, पीयूसी सगळे ओरिजिनल घेऊन या.

मनवानी कागद शोधायला सुरुवात केली, तेव्हा लक्षात आलं, कि गाडीचे ओरिजिनल कागद कुठेतरी मिसप्लेस झाले आहेत, कुठे ठेवल्या गेले आहेत, हे इतक्या मोठ्या गॅप नंतर आठवणे मुश्किल होते. नशिबानी गाडीमध्ये झेरॉक्स होते. एजंट कडे गेल्यावर समजलं कि गाडीचं रजिस्ट्रेशन ३ वर्षांपूर्वीच संपले आहे.

एजंट : मॅडम, आधी ग्रीनटॅक्स, पेनल्टी, वगैरे भरावे लागेल, इन्शुरन्स काढावा लागेल. गाडी पासिंग करता आरटीओ मध्ये न्यावी लागेल. त्याकरता गाडी रिपेअर आणि चकाचक करून घ्या. ओरिजिनल कागद नसल्यामुळे तुम्हाला सही करायला स्वतः आरटीओ मध्ये एक दिवस यावे लागेल. साधारण पंधरा हजार खर्च येईल. हे सगळे झाले, कि मग गाडी विकण्याची कागद पत्र तयार करू.

यावरून मनवाला गाडी विकण्याकरता काय काय सोपस्कार करावे लागले असतील, हे सहज लक्षात येईल.

माझी दिनदर्शिका जर असती, तर असे प्रसंग खूपच सोपे नक्कीच होतात.

आजकाल बहुतेकांकडे एक पेक्षा जास्त गाड्या असतात. कुठल्या गाडीचे पीयूसी कधी ड्यू आहे, हे लक्षात ठेवणे नक्कीच सोपे नाही. रस्त्यावर पीयूसी तसे फार कमी वेळा पोलिसांकडून चेक होते, आणि आपण कधी वेळेवर, कधी उशिरा असे ते करतच असतो. पण केंव्हातरी आपले पीयूसी नाही आणि रस्त्यावर पीयूसी चेक होणे, अशी सांगड घडते आणि आलीया भोगासी म्हणत १००० रु दंड भरावा लागतो. माझी दिनदर्शिका जर असती, तर असा दंडाचा प्रसंग कधी येणार नाही, हे नक्की.

अशी ही यादी खूप मोठी होणार, हे यावरून सहज लक्षात येते.

काय आहे ही माझी दिनदर्शिका किंवा My Calender ?

नवीन वर्ष सुरु झाले, कि २ - ३ तरी कॅलेंडर आपल्या कडे येतातच. त्यापैकी जरा मोकळी जागा असलेले मोठे कॅलेंडर आता माझी दिनदर्शिका किंवा My Calender म्हणून आपण तयार करायचे आहे.

वर्षभरात काय काय महत्वाच्या गोष्टी करायच्या आहेत, कुठली कुठली पेमेंट करायची आहेत, आणि त्यांची काय तारीख आहे, हे बघून कॅलेंडर वर त्या त्या महिन्याच्या पानावर तशी एंट्री करायची आहे.

साधारणपणे सगळ्यांनाच लागू असणाऱ्या गोष्टी अशा असू असतात -

* घराचा कार्पोरेशन टॅक्स भरणे * सगळ्या वाहनांची पीयूसी ड्यू डेट *सगळ्या वाहनांची इन्शुरन्स ची ड्यू डेट

* मोबाईल रिचार्ज ची ड्यू डेट *मेडिकल क्लेम करण्याच्या तारखा *टाटा स्काय इ. चे रिन्यू करणे

* डॉक्टरांच्या अँपॉईंटमेंट्स / मेडिकल चेक अप च्या तारखा (स्वतःच्या, बायकोच्या / नवऱ्याच्या, घरातल्या इतरांच्या)

* इन्कम टॅक्स रिटर्न फाईल करणे (स्वतःचे, बायकोचे / नवऱ्याचे ऍज अप्लिकेबल)

* टीडीएस सर्टिफिकेट / इंटरेस्ट सर्टिफिकेट आणणे

* 80 C खाली टॅक्स रिबेट घेण्याकरता पीपीएफ वगैरे मध्ये पैसे भरणे / डोनेशन्स देणे

* बँकेमधे पीपीएफ खाते असेल, तर ते सुरु ठेवण्याकरता दरवर्षी काही थोडी रक्कम भरावी लागते

* जिवंत असल्याचा दाखल घेणे आणि एलआयसी / बँक / ऑफिस इ ठिकाणी जमा करणे

* बँक किंवा इतर कुठल्या एफडी मॅच्युअर होत आहेत का ?

* एमएसीबी चे बिल / लँड लाईन चे बिल / पेपर बिल / दूधबिल / घरात कामाला येणाऱ्यांची पेमेंट्स / ----

प्रत्येकाच्या व्यापाप्रमाणे हि यादी लहान / मोठी होणार, हे आलेच.

समजा आपल्या गाडीच्या इन्शुरन्स ची तारीख २० एप्रिल आहे. एप्रिल महिना सुरु झाला. आपण कॅलेंडर चं पान उलटलं, कि समजेल ड्यू डेट २० एप्रिल आहे. आपण त्याप्रमाणे रिन्यू केले आणि आता पुढची रिन्यूअल

डेट पुढच्या वर्षीच्या २० एप्रिल ला असणार. आता अशा नोंदी डिसेंबर च्या पानावर मोकळ्या जागेत करून ठेवायच्या. आणि कॅलेंडर बदललं कि त्या कॅरी फॉरवर्ड करायच्या.

काही महत्वाच्या गोष्टी किंवा काही पेमेंट ही काही वर्षांच्या गॅप नंतर करायची असतात. जसे -

* ड्रायव्हिंग लायसन्स रिन्यू (आपले / बायकोचे - नवऱ्याचे / --)
* वाहनांचे रजिस्ट्रेशन रिन्यू करणे * डेबिट कार्ड / क्रेडिट कार्ड च्या एक्सपायरी डेट्स
* म्युचवल फंड बंद करणे वगैरे *घर भाड्यानी दिले / घेतले असल्यास रीतसर भाडेकरार
* पासपोर्ट / व्हिसा रिन्यू करणे (आपला / बायकोचा - नवऱ्याचा / --)
* आधार कार्ड / पॅन कार्ड मधे काही बदल करणे

प्रत्येकाच्या व्यापाप्रमाणे आणि आवाक्याप्रमाणे हि यादी पण लहान / मोठी होणार, हे आलेच.

हे करतांना ही सगळी ओरिजिनल डॉक्युमेंट्स दरवर्षी वर्षाच्या सुरुवातीला आपल्याला बघायचीच आहेत, आपल्या नजरेखालून घालायची आहेत आणि आवश्यकतेप्रमाणे तशी कॅलेंडर वर नोंद करायची आहे.

सिनियर सिटिझन्स यांच्याकरता अजून एक महत्वाची गोष्ट काही वर्षांच्या गॅप नंतर जरूर बघायची आहे / रिव्ह्यू करायची आहे, आणि ती म्हणजे आपले मृत्युपत्र म्हणजे विल आणि निरनिराळ्या इन्व्हेस्टमेंट्स / मालमत्ता या करता दिलेली नॉमिनेशन्स. बदलत्या परिस्थितीप्रमाणे यामध्ये वेळोवेळी बदल करणे गरजेचे असू शकते. काही वेळा बँकांची सॉफ्टवेअर बदलतात आणि त्या प्रोसेस मध्ये दिलेली नॉमिनेशन्स गायब होतात. काही गृहरचना संस्थांमध्ये माणूस गेल्यावर लक्षात येते, कि, नॉमिनेशन भरलेला सही / शिक्का असलेला फॉर्म घरी पण नसतो आणि सोसायटीच्या दप्तरात पण नसतो. मृत्युपत्र बऱ्याच जणांनी केलेलेच नसते किंवा केलेले असले, तर कुठे ठेवले आहे ते घरच्यांना माहित नसते. अशा घटना घडलेल्या आहेत, आणि नंतर पुढे काय होते, ते सांगायला नको.

काही वर्षांपूर्वी सत्तरी नंतर सगळ्यांना वाटायचे, कि आता आपले खरे नाही, मृत्युपत्र वगैरे करायला पाहिजे. "आपले खरे नाही" असे वाटण्याचे वय आता चाळीशी - पन्नाशी पर्यंत खाली आले आहे. थोडक्यात म्हणजे हि कागदपत्रे सगळ्यांनीच करणे गरजेचे आहे. आणि मधून मधून रिव्ह्यू करणे पण गरजेचे आहे. आणि हे करतांना आपल्या जोडीदाराला विश्वासामधे घेणे गरजेचे आहे. आणि अशा रिव्ह्यू करता उपयोगी येणार आहे, माझी दिनदर्शिका.

माझी दिनदर्शिका किंवा My Calender मध्ये अजून एक महत्वाची नोंद करायची आहे आणि ती म्हणजे आपल्या जवळच्यांचे आणि परिचितांचे वाढदिवस आणि लग्न झालेले असल्यास लग्न दिवस. आजकाल फेसबुक आणि व्हॉटस्अप मुळे तांत्रिक शुभेच्छांची देवाण घेवाण यांत्रिक पद्धतीने आपोआपच सुरु होते. पण यामध्ये आपले सगळेच जण कव्हर होतील असे जरूर नाही. आपल्या कुठल्याही ग्रुपमध्ये बायकोचे नाव असेलच, असे काही जरूर नाही. आणि तो वाढदिवस आणि तो लग्न दिवस विसरून पण चालत नाही. म्हणून नवीन कॅलेंडर आले, कि त्यावर या सगळ्या नोंदी करून ठेवायच्या, आणि त्या त्या दिवशी फोन करून / मॅसेज करून आपल्या मनातल्या शुभेच्छा दुसऱ्यांपर्यंत पोहोचवायच्या.

कुणाकडे चालू महिन्यात किंवा काही महिन्यांनंतर डोहाळ जेवण आहे / लग्न आहे / बारसं आहे / काही कार्यक्रम आहे, अशा नोंदी आपण माझी दिनदर्शिका मध्ये करायच्या आहेत. कुठले गाण्यांचे कार्यक्रम / नाचांचे कार्यक्रम / मुलांच्या शाळेचे कार्यक्रम, अशा नोंदी पण आपण My Calender मधे करायच्या आहेत.

आजकाल सगळेच जण हेल्थ कॉन्शस असतात, वजन कॉन्शस असतात, वगैरे वगैरे. त्याकरता आठवड्यात ५ दिवस फिरायला जाणार, ३ दिवस व्यायाम करणार, खाण्यावर काही बंधने, पिण्यावर पण काही बंधने, असे बरेच संकल्प आपण वर्षाच्या सुरवातीला करतो. आणि पुढे त्याचे काय होते, हे आपण जाणतोच. आता या सगळ्या नोंदी My Calender वर केल्या तर, "जे ठरवले - ते पूर्ण केले", म्हणजेच संकल्पपूर्ती ही स्टेज गाठणे सहज शक्य आहे.

कुणाला असंही वाटू शकतं, कि या सगळ्या नोंदी थोड्या कॉन्फिडेन्शियल आहेत आणि सगळ्यांना दिसू नयेत. या करता माझी दिनदर्शिका आपल्या बेडरूम मधे लावता येते आणि हॉल मध्ये येणाऱ्या जाणाऱ्यांना आवडतील अशी सुंदर सुंदर चित्र असलेलं कॅलेंडर लावता येते.

पहिलं कॅलेंडर करायला थोडा वेळ लागणार, हे नक्की. पण पुढची कॅलेंडर तयार करणे खूप सोपे असणार आहे, कारण थोडे छोटे मोठे बदल करत, मागचीच 'री' पुढे ओढायची, इतके हे काम सोपे असणार आहे, हे नक्की. पहिली माझी दिनदर्शिका किंवा My Calender भिंतीवर लागलं, कि घरातले सगळेच म्हणू शकतील --

I simply can not miss any event in the year because I have "My Calender".

मी वर्षातली कुठलीही घटना विसरणे, हे अशक्यप्राय आहे, कारण माझ्याकडे आहे "माझी दिनदर्शिका".

सुचलेला छान विचार (हिंदीमधे)
किसी के भी साथ बाहर बाहर से अच्छायी दिखाना, या खुद बाहर से अच्छा दिखना, ये तो बडी आसान बात है ।
लेकिन अंदर से अच्छा होना, और अंदर कि अच्छाई दिखाना, ये नामूमकिन नहि, लेकिन थोडा कठीन काम जरूर है ॥

जागतिक महिला दिन - ८ मार्च

मी नेहेमीच बायकोला खुश करण्याची संधी शोधत असतो. आणि मी तर म्हणीन कि सगळ्यांनीच अशा संधींच्या शोधात राहायला पाहिजे. बायको खुश असेल तर काय काय मज्जा येते - ये तो सभी जानते है. आज अनायसे अशी संधी चालत आली होती. सकाळी चहा घेतांना बायकोला जागतिक महिला दिनाच्या शुभेच्छा दिल्या. विचार केला, बायकोला घेऊन जरा बाहेर फिरून यावं. तेवढ्यात बायकोला मैत्रिणीचा फोन आला. बायकोनी मला खूण करून सांगितले - तुम्ही जाऊन या, मला वेळ लागेल.

आज बऱ्याच गॅप नंतर सकाळी नेहेमीच्या रस्त्यानी फिरायला बाहेर पडलो होतो. एकटाच असल्यामुळे इधर उधर बघत बघत फिरणे सुरु

झाले. मनात सहज विचार आला - अरे, आज जागतिक महिला दिवस आहे, आणि आज नेहेमीच्या ठिकाणी मेघना आणि मनवा या मैत्रिणी भेटल्या तर काय मज्जा येईल, त्यांना शुभेच्छा देता येतील आणि त्यांच्या चेहेऱ्यावरचा आनंद बघता येईल. फिरण्याच्या रस्त्यावर डावीकडे एक मारुती मंदिर आहे. तिथे नेहेमी मी थांबतो, नमस्कार करतो, आणि पुढे जातो. तिथे बाहेर एक फळा आहे, त्यावर मराठी / इंग्रजी / हिंदी मधे सुविचार लिहिलेले असतात. आजचा सुविचार होता - **Strong will will always result in reality.** माझी आताची इच्छा आहे मेघना आणि मनवा भेटाव्या. मी नमस्कार केला, will थोडी अजून strong केली आणि पुढे निघालो.

मृत्युंजय मंदिराच्या जवळच्या चहाच्या दुकानापर्यंत पोहोचलो आणि ओळखीचा म्हणजे मेघना आणि मनवा यांचा आवाज आला - काका, आहात कुठे ? कित्येक महिन्यात भेट नाही. आमचं काही चुकलं कां ? वगैरे, अशी प्रश्नांची सरबत्ती माझ्यावर सुरु झाली.

मी - सांगतो, सांगतो, असे म्हणेपर्यंत –

चहावाले दादा : काका, हमसे या हमारी चाय से कुछ नाराजी हो तो बतावो. आज शक्कर थोडी जाडा डालू क्या, या अद्रक जादा डालू.

मी : सगळ्या प्रश्नांची उत्तरे देणार आहे, पण आधी माझं ऐका

मी : आज ८ मार्च - आज खास दिवस आहे - जागतिक महिला दिवस. मेघना आणि मनवा तुम्हाला जागतिक महिला दिवसाच्या हार्दिक शुभेच्छा. तुमच्या मैत्रिणींना पण शुभेच्छा द्या.

मेघना आणि मनवा : काका, धन्यवाद. आज पहिल्या शुभेच्छा तुमच्याकडूनच मिळाल्या, मजा आली.

चहावाल्या काकांना मी बाहेर बोलावलं. त्यांनी पण शुभेच्छा दिल्या. आणि गम्मत म्हणजे आजूबाजूला उभे असणाऱ्या चहा पिणाऱ्या सगळ्यांनीच मेघना आणि मनवा यांना शुभेच्छा दिल्या.

मेघना आणि मनवा एकदम खुश झाल्या. त्यांनी सगळ्यांना थँक्स दिल्या. तेवढ्यात आमच्या हातात गरमागरम चहाचे ग्लास आले.

चहावाले दादा : आजकी चाय मेरी तरफसे. बहोत दिनोके बाद आप तीनोको साथ देखकर मजा आ गया. आम्ही दादांना थँक्स दिले आणि चहा पिता पिता आमच्या गप्पा सुरु झाल्या.

मनवा : काका, आजच्या दिवसामागची हिस्ट्री काय आहे, ते माहित आहे का ?

मी : नक्कीच. बाहेरची कामे करतांना पुरुष आणि स्त्रिया यांना समान हक्क मिळावेत म्हणून पूर्वी जगभर आंदोलने झाली / निदर्शने झाली आणि स्त्रियांना त्यात यश मिळाले. आणि हा आनंद साजरा करण्याकरता ८ मार्च १९१७ या दिवशी “जागतिक महिला दिन” चा जन्म झाला. जगातल्या बहुतेक सगळ्याच देशांमध्ये हा दिवस साजरा होतो. काही देशात या दिवशी सुटी पण असते.

मेघना : पूर्वी झालेल्या आंदोलनांमुळे स्त्रियांचा खरंच खूप फायदा झाला आहे. आता बहुतेक देशात स्त्रियांना समान हक्क मिळाले आहेत. सर्वच क्षेत्रांमध्ये स्त्रिया आज कार्यरत आहेत. काही ठिकाणी त्या उच्च पदांवर काम करत आहेत आणि काही ठिकाणी तर त्या सर्वोच्य पदांवर पण कार्यरत आहेत.

मनवा : मैदानी खेळांमध्ये पण स्त्रिया पुढे आहेत. राजकारणात पण पुढे आहेत. या क्षेत्रात तर पंतप्रधान / राष्ट्रपती या पदांपर्यंत पण आपल्या आणि जगभरातल्या महिला पोहोचल्या आहेत. ही नक्कीच सगळ्यांना त्यांचा अभिमान वाटावा अशीच बाब आहे. आता तर मंगळावर उतरणारी पहिली व्यक्ती हा बहुमान स्त्रीला मिळणार आहे, असे सांगतात.

मेघना : कला क्षेत्रामधे, जसे चित्रकला, गाणी, नृत्य, साहित्य, सिनेमा वगैरे मधे पण स्त्रिया आघाडीवर आहेत.

मी : खरंच अभिमान वाटावा असंच आहे. पण सिनेमा / टीव्ही या क्षेत्रांमध्ये आघाडी घेण्याकरता त्यांनी निवडलेली अंगप्रदर्शनाची वाट मात्र मनाला खटकते. पैशांकरता आणि / किंवा ग्लॅमर करता अगदी खालच्या थरापर्यंत अंगप्रदर्शन पोहोचले आहे. सिनेमा आणि टीव्ही वरचे ग्लॅमर बघून घराघरातल्या स्त्रिया याचे अनुकरण करत आहेत आणि अगदी लहान लहान मुलींना या ग्लॅमर मध्ये ओढत आहेत. आता लहान मुलींना

बाहेर पडतांना फॅशनेबल तोकडे कपडेच पाहिजे असतात. आया लिपस्टिक, आयब्रो, आयलायनर, परफ्युम असे सगळे त्यांना लावून त्यांचे कौतुक करत असतात, थोड्या थोड्या वेळानी या सगळ्यांवर पुन्हा पुन्हा हात फिरवत असतात, आणि त्यांचे निरनिराळ्या अँगल मधून सारखे फोटो काढत असतात. यामुळे कळत नकळत लहान वयातच मुलींमध्ये मॉडर्न फॅशन चे विषारी बीज पेरल्या जात आहे. परदेशी संस्कृतीचे असे अनुकरण आपल्या संस्कृतीला कुठपर्यंत घेऊन जाईल, हे काळचं ठरवेल.

मनवा : तुमचे म्हणणे एकदम मान्य. पैशापुढे माणूस बुद्धी गहाण ठेवतो, हे जागतिक सत्य आहे, पण ग्लॅमर पुढे स्त्रिया पण बुद्धी गहाण ठेवतात हे न रुचणारे सत्य आहे. स्त्रिया या बाबतीत बदलतील अशी शेजारीच असलेल्या देवळा मधल्या देवतेला आपण प्रार्थना करूया..

मी : नक्कीच

मेघना : जागतिक महिला दिन सुरु करण्यामागचा जो मूळ उद्देश होता, तो आता पूर्ण होऊनही बरीच वर्ष झाली आहेत. त्यामुळे सध्यातरी या दिवसाचं महत्व फक्त शुभेच्छांची देवाणघेवाण करणे इतपतच राहिलं आहे, आणि जागतिक दिवस आहे, या नावाखाली, काही सत्कार समारंभ, कुठे रॅली, असे ओघानी येतेच.

मी : बाहेरच्या जगामधे समान हक्क मिळालेल्या स्त्रियांना आपल्या घरांमध्ये पण समान हक्क आहेत कां ?

मनवा : सगळ्या स्त्रियांनी जर मनापासून याचं उत्तर दिलं, तर 'नाही' असेच त्यांचं उत्तर येईल. जागतिक महिला दिनाच्या दिवशी त्यांना नुसत्या "हॅपी महिला दिन " अशा शुभेच्छा देऊन त्या घरामधे आनंदित होतील का ? स्त्री शिवाय घराला घरपण येत नाही असं म्हणतात. मग या स्त्री ला घरामध्ये आनंद देण्याकरता, आपण घरातली मंडळी हिच्या करता काय वेगळं करतो ? बहुतेकांकडून उत्तर येईल - काहीच वेगळं करत नाही.

मेघना : प्रत्येक घरात स्त्री ही आई म्हणून रोल करत असते, बायको म्हणून रोल करत असते, सून म्हणून रोल करत असते आणि बाहेर नोकरी, व्यवसाय हे पण करत असते. असे असूनही, घरातले सगळे जण हिला "टेकन फॉर ग्रंटेड" म्हणून घेत असतात. घरातलं सैपाक पाणी /

आवराआवर / मुलांचे डबे भरणे / मुलांची शाळेची तयारी / किराणा आणणे / भाजी बाजार आणि सगळी अवांतर कामे, ह्या सगळ्या तिच्याच जबाबदाऱ्या असतात. ती घरात असतांना सगळे जण, हे कुठे आहे / ते कुठे आहे / हे दे / ते दे , असा तगादा तिच्या मागे लावत असतात. सकाळी ऑफिसला जातांना मोबाईलसकट सगळे साहित्य आपल्या हातात यावे अशी नवऱ्याची बायकोकडून अपेक्षा असते. मग नोकरीला जाणाऱ्या स्त्रीने नवऱ्याकडून अशी अपेक्षा का करू नये.

मनवा : मुलगा आणि सून दोघेही ऑफिस ला निघतांना डबा, पाणी, मोबाईल असे सगळे त्यांच्या हातात देणारे सासू / सासरे कुणाच्या बघण्यात आहेत का ?

मी : कधी ऐकण्यात नाही. किंवा कुठल्या टीव्ही सिरीयल मधे पण नाहीत

मनवा : किती नवरे घरी जातांना बायकोकरता प्रेमानी गजरा घेऊन जातात / बायको ऑफिस मधून आल्यावर तिच्या ऑफिस च्या कामाबद्दल चौकशी करतात / तू दमली असशील, जरा गाणी वगैरे ऐक, मी चहा करतो / कुकर लावतो / वगैरे , असे म्हणतात. कितीजण तिला सैपाकघरातून तिचा हात धरून सोफ्यापर्यंत घेऊन जातात आणि प्रेमानी खाली बसवतात ? आणि हातात चहाचा कप देतात ! उत्तर येईल बोटावर मोजण्याइतपतच. आपण केलेल्या कामाचं कौतुक व्हावं, असं सगळ्यांनाच वाटत असतं. आजची डब्यातली पालक - पनीर भाजी एकदम हटके होती, किंवा आज डब्यात पुऱ्या आणि श्रीखंड मुळे मजा आली, एवढं बायकोचं कौतुक पण खरंतर पुरेसं असत. घरातले किती जण असं कौतूक करतात !.

मेघना : किती सासवा सून ऑफिसमधून आल्यानंतर तिच्या हातात खाण्याची डिश देतात / चहा देतात. उत्तर येईल अगदी एखादी.

मनवा : सुनेची विचारपूस करणे, हा बहुतेक घरात सासऱ्यांच्या प्रांतच नसतो. सुनेला मदत करण्याची जेंव्हा गरज असते तेव्हा ते त्यांच्या कट्ट्यावर गप्पा मारायला गेलेले असतात किंवा घरात मेडिटेशन करत असतात. याला अपवाद असतात, पण अगदीच नाहींच्या बरोबर.

मी : तुम्ही दोघी म्हणता ते अगदी बरोबर आहे. पण काही बाबतीत, स्त्रियांचे पण चुकत असते. घरातली सगळी कामे स्वतःवर ओढून घेण्याची त्यांची सवय त्यांनी बदलायला पाहिजे. धकाधकीच्या जीवनात आनंदी आणि हेल्दी राहणे पुरुष आणि स्त्रिया या दोघांना पण गरजेचे आहे. आणि याकरता रोज एक ते दीड तास प्रत्येकाने स्वतः करता राखून ठेवलाच पाहिजे असेच जाणकार सांगतात.

मनवा : काका, आपने सही फर्माया है. स्त्रियांना जर असा वेळ काढायचा असेल तर घरामधल्या कामाची विभागणी हि करायलाच पाहिजे. आणि त्याकरता कोण काय म्हणेल, याला गौण महत्व द्यायला शिकले पाहिजे.

मेघना : सकाळचा चहा / खाणे, संध्याकाळचे खाणे पिणे, घरातली अवांतर कामे, थोडी आवराआवर, मुलांचे अभ्यास घेणे ह्या कामात सासू सासरे नक्कीच हातभार लावू शकतात. इतर कामे नवऱ्याबरोबर शेअर करता यतात. ध्येय एकच, कि घर चालवण्याची जबाबदारी सगळ्यांची आहे आणि मला पण माझ्या हॉबी जपायला, व्यायाम करायला, वगैरे वेळ मिळालाच पाहिजे आणि मी तो मिळवणारच.

मनवा : थोडक्यात काय ? तर स्त्रियांनी स्वतःवर प्रेम करणे, याला पहिली प्रायोरिटी दिलीच पाहिजे.

मेघना : आता मजा बघा, स्त्री आणि पुरुष हि नक्कीच दोन वेगळी रसायने आहेत. त्यामुळे एकमेकांना समजण्यात थोडे अंतर पडू शकते. पण घरामधली सासू आणि सून यांचे स्त्री रसायन तर एकच असते. तरीपण कुठल्याही स्त्री च्या मागे सासू हे शीर्षक लागलं, की त्यांचं सून या स्त्री च्या बाबतीत वागणे कां बदलते, सुनेला आपलीच मुलगी असे मनापासून समजून तिच्यावर त्या प्रेम का करत नाहीत ? आणि स्त्रीच स्त्रीची दुश्मन कां व्हावी, हे एक न उलगडणारे कोडेच आहे.

मी : मला वाटतं सासू या शब्दामधेच ती मेख आहे. लग्न झाल्यानंतर जर नवऱ्याच्या आईचे सासुऐवजी मावशी असे नामकरण केले, तर हे न उलगडणारे कोडे सहज सुटेल.

मनवा : काका, मावशीचं का बरं

मी : मावशी या नात्यात एक वेगळेच प्रेम आहे. आपल्याकडे म्हण आहे -

माय मरो पण मावशी जगो. म्हणून मावशी असं नामकरण करायचं.
मनवा आणि मेघना : काका, एकदम जालीम उपाय आहे. आम्ही नक्कीच आमच्या ग्रुप वर टाकतो आणि घरी गेल्यावर सासूबाईंना आपल्या गप्पांचा संदर्भ देऊन मावशी म्हणायला सुरुवात करतो.
बाजूला चहा पित उभा असलेला ग्रुप : काका कल्पना आवडली. संध्याकाळी घरी गेल्यावर बायकोला सांगतो, की, आईला आता मावशी म्हणत जा. पुढच्या भेटीत तुम्हाला फीडबॅक देतो.
मी : पुरुष आणि स्त्रिया यांना सर्वच बाबतीत अगदी तंतोतंत समान हक्क आणि आनंदाच्या समान उपलब्धी हव्या असतील, तर मात्र आपल्याला ब्रह्मदेवाकडे पण थोडे साकडे घालावे लागणार आहे. सृष्टीच्या निर्मितीमध्ये पुरुष आणि स्त्री ही निर्मिती आखतांना, देवाचे पण थोडे चुकलेच आहे, असे मला वाटते. त्याने पुरुषाला थोडे झुकतेच माप दिले आहे. मासिक धर्म, बाळंतपण, मोनोपॉझ या गोष्टी त्यानी फक्त स्त्रियांच्या पदरी टाकल्यामुळे, या काळातली शारीरिक दुखणी आणि त्रास फक्त स्त्रियांना भोगावा लागतो. पुरुष नामोनिराळे असतात. संध्याचे कलियुग संपल्यानंतर पुढच्या अपग्रेडेड सृष्टीची निर्मिती करतांना, स्त्रियांचा हा शारीरिक त्रास दूर करावा किंवा समसमान करावा अशी आपण ब्रम्हदेवाकडे प्रार्थना करूया .
मनवा : काका, नक्कीच. देवांनी जर हे मान्य केलं तर सगळ्याच स्त्रिया खुश होतील आणि तुम्हाला दुवा देतील.
मेघना : काका, तुम्ही आल्यामुळे गप्पा मस्त रंगल्या, काही छान उपाय पुढे आले, मजा आली. चला आम्हाला ऑफिसला निघायला पाहिजे.

तेवढ्यात चहावाल्या दादांनी चहाचा दुसरा ग्लास आमच्या हातात दिला. चहा पिणारा बाजूचा ग्रुप दादांना उद्देशून : दादा इनका ये बिल हमारे बिल मे ॲड करना.
मस्त चहा झाला, सगळ्यांना बाय केले आणि आम्ही आपापल्या मार्गाला लागलो.

* * * * * * * * * * * * * *

~ ~ ~ ~ ~ ~ ~ ~

जागतिक पुरुष दिन

  १९ नोव्हेंबर हा दिवस जागतिक पुरुष दिवस म्हणून जगभर साजरा केला जातो. १९९९ यावर्षी पहिला पुरुष दिन जगामधल्या ६० पेक्षा जास्त देशांमध्ये साजरा करण्यात आला. भारतामध्ये याची सुरुवात २००७ मध्ये झाली.

  जागतिक महिला दिवस कधी असतो, असं कोणालाही विचारलं तर लगेच उत्तर येईल – ८ मार्च. पण जागतिक पुरुष दिवस कधी आहे हे बऱ्याच जणांना अजूनही माहित नाही. यापुढे ८ मार्च बरोबर १९ नोव्हेंबर पण लक्षात ठेवूया.

जागतिक पुरुष दिन आणि मी, अशी माझी कालची आठवण –

  काल सकाळचा व्यायाम आटोपला, आणि लक्षात आलं की, आज १९ नोव्हेंबर म्हणजे जागतिक पुरुष दिन आहे.

  बायकोबरोबर सकाळचा चहा घेताना तिच्या बरोबर बोलताना आज जागतिक पुरुष दिन आहे, हा विषय काढला आणि विचारलं की आजच्या दिवस माझी रोजची कामं, म्हणजे घरातले केर काढणे, वॉशिंग मशीन लावणे, कपडे वाळत घालणे, डायनिंग टेबल स्वच्छ करणे, ही आज जागतिक पुरुष दिन

आहे, म्हणून तू करशील का ? म्हणजे मी आजचा दिवस मस्त रमत गमत साजरा करीन.

बायको : "पुरुषांचे आणि मुलांचे उत्तम आरोग्य", ही यंदाची जागतिक पुरुष दिनाची थीम आहे, हे मी आत्ताच बातम्यांमध्ये ऐकले.

आणि उत्तम आरोग्या करता पुरुषांनी जास्तीत जास्त कामे करावी, सतत कामात राहावे, त्यामुळे शरीराला छान व्यायाम होतो आणि मन उत्साहित राहते, असे पण त्यांनी सांगितले बातम्यांमध्ये.

म्हणून, आज रमत गमत दिवस घालवू, हा विचार मनातून काढून टाका. आज रोजची कामं तर कराच, त्याशिवाय मी तुम्हाला अजून दोन कामे एक्स्ट्रा सांगणार आहे ती पण आज पासून करायची आहेत. आणि ती म्हणजे रोज गच्ची झाडणे आणि बागेत झाडलोट करणे.

बायकोने मला जागतिक पुरुष दिनाच्या शुभेच्छा दिल्या आणि म्हणाली आज तुमच्याकरता जेवताना तुमच्या आवडीची शेवयाची खीर आणि पुऱ्या करणार आहे.

मी गाणी म्हणत म्हणत माझ्या कामाला सुरुवात केली. छान जेवण झाले. नंतर पुढची कामे सुरू झाली.

संध्याकाळी मुलींचा फोन आला - बाबा आज जागतिक पुरुष दिन आहे, त्याच्या तुम्हाला शुभेच्छा. आणि यावेळी त्यांची थीम आहे - सतत कामात रहा आणि आरोग्य संपन्न रहा.

आज पासून तुम्ही आईला संध्याकाळी भाजी निवडायला / चिरायला रोज मदत करत जा, म्हणजे जागतिक पुरुष दिन तुम्ही खऱ्या अर्थाने साजरा कराल. तुमच्या करता आम्ही दोघींनी खास तुमच्या आवडीचे गिफ्ट घेतले आहे - पिवळ्या रंगाचा झब्बा आणि पायजमा. इतर गप्पा झाल्या आणि फोन बंद झाला.

मी लगेचच गाणी म्हणत म्हणत भाज्या निवडायला सुरुवात केली.......

सतत कामात असलं की मजा येते आणि मुख्य म्हणजे बायको आणि मुली खुश असतात, आणि तब्येत तर उत्तम राहतेच राहते......

यावर तुमचे विचार आणि अनुभव जरूर कळवा.

थोडी जाहिरातबाजी - सगळीकडेच जाहिरातींचा सुळसुळाट असतो. विचार केला आपण पण आपल्या पुस्तकांची जाहिरात करावी. पुस्तक -

पृष्ठसंख्या १६०, किंमत रू २००/-. २१ लेखांचे संकलन. ॲमेझॉन वर sudhir karandikar टाईप करा. पुस्तक दिसेल - ऑर्डर करा. किंवा तुमचा पत्ता मला कळवा. मी पुस्तक ऑर्डर करीन. ३ दिवसात पुस्तक कुरियरने तुमच्या घरी येईल.   Mob 9225631100

बायकोला काय गिफ्ट द्यावे !

जो तुमको हो पसंद वही बात कहेंगे
तुम दिन को अगर रात कहो रात कहेंगे
जो तुमको हो पसंद वही बात कहेंगे

गेल्या दिवाळीमधली ही घटना आहे -

आज पाडवा हा सण आहे. स्त्रियांना हा दिवस खूप आनंदाचा असतो, कारण नवऱ्याकडून काहीतरी छान भेट आज त्यांना मिळणार असते. सकाळीच माझ्या लक्षात आलं, की आज बायकोला काहीतरी छान भेट द्यावी.

गेली कित्येक वर्ष, म्हणजे लग्न झाल्यापासून दरवर्षी न चुकता पाडव्याला मी तिला गाडगीळ यांच्याकडून काहीतरी कानातलं, गळ्यातलं, असं घेतच असतो. अधे मधे केव्हातरी बदल म्हणून छानशी साडी घेऊन येतो.

आता यावर्षी बाहेरगावी असल्यामुळे बाहेरून गिफ्ट आणणे मुश्कील आहे. म्हणून मी बायकोला विचारले तुला आज काय गिफ्ट देऊ.

बायको म्हणाली - स्वतःला जरा बदला, तेच मी गिफ्ट समजीन. माझ्या लक्षात आलं की हिचा टोमणा आज सकाळच्या

आणि नेहमीच्या माझ्या वागण्यावर आहे, म्हणजे माझ्या वादावादी करण्यावर आहे. मला एखादी गोष्ट पटली नाही तर लगेच मी त्यावर वाद घालतो. मग हिच्या कडून त्याला प्रत्युत्तर येतं. आणि मग ज्योत से ज्योत जलाते चलो असे सुरू होते. अशा ज्योती या ना त्या कारणाने दिवसभरात वेळोवेळी पेटतच राहतात. आणि काहीही कारण नसताना ताणतणाव वाढत जातात.

यावर विचार करताना असं लक्षात आलं, एकाने जरी माघार घेतली तरी वातावरण बदलू शकते आणि खेळीमेळीचे वातावरण राहू शकते. आता माघार कोण घेणार ? हा प्रश्न कधीच सुटत नाही, आणि त्यामुळे ताण तणाव आपली पकड वाढवत जातात. मला वाटतं असं चित्र कमी जास्त प्रमाणात बहुतेक घराघरात असतचं.

बायकोच्या म्हणण्याप्रमाणे मी स्वतःला कसं बदलावं यावर विचार करत होतो. मला एखाद्या प्रश्नाचं उत्तर सापडलं नाही, तर अशा वेळेस मी वर देवाकडे बघतो. आणि वरून माझ्या माहितीतलं कोणीतरी मला माझ्या प्रश्नाचं उत्तर देतं. कधी उत्तर द्यायला वडील असतात, मामा असतात, वगैरे

आज चक्क सासुबाई माझ्याशी बोलत होत्या. त्या म्हणाल्या - अहो, तुमच्या बायकोला बऱ्याच लॉजिकल गोष्टी पटत नाहीत, आणि तुम्ही सांगितलेल्या तर नाहीच नाही. पण हा प्रत्येकाच्या स्वभावाचा भाग असतो. आणि दुसऱ्याच्या स्वभावाला आपल्याकडे औषध नसतं. कोणी कसं वागावं हा ज्याचा त्याचा प्रश्न आहे. त्यामुळे बायकोनी कसं वागावं हा तिचा प्रश्न आहे. आणि वाद वाढू नये म्हणून तुम्ही कसं वागावं किंवा कुठे माघार घ्यावी हे तुमच्या हातात आहे.

एवढे सांगून वरचा आवाज थांबला.

आता माझी ट्यूब पेटली, कि मी कसं वागावं हे नक्कीच माझ्या हातात आहे. आणि छोट्या छोट्या गोष्टीत माघार घेणं यात काहीही कमीपणा नसतो, ऊलट मनाचा तो मोठेपणाचं

आहे. आणि लगेच बायकोला आवडेल असे, आज तिला काय गिफ्ट द्यावे, हे मला क्लिक झाले.

एकदम साधा विचार आहे. कल्पना करा - दिवस उजाडला आहे आणि बायको म्हणाली काय छान रात्र आहे. यावर मी सहज वाद घालू शकतो - बाहेर बघ सूर्याचा प्रकाश आहे, घड्याळ बघ 10 AM दाखवत आहे, वगैरे वगैरे. यावर वादावादी होत राहणार आणि निष्पन्न काय तर ताण तणाव.
बरं बायका कधीच माघार घेत नाहीत हे युनिव्हर्सल ट्रूथ आहे. आपण थोडी माघार घेतली आणि म्हटलं खरंच फारच छान रात्र आहे. तर लगेच बायको खुश होणार.

बरं, आम्ही दोघांनी दिवसाला रात्र म्हटल्यामुळे, सूर्य काही लगेच मावळणार नाही आणि चंद्र पण दिसणार नाही. मग बायकोनी दिवसाला रात्र म्हंटलं, किंवा पूर्व दिशेला पश्चिम दिशा म्हटलं, तर आपणही हो ला हो म्हणायला काय हरकत आहे.

बायकोशी कुठल्या कुठल्या विषयावर वादावादी होते, हे जर आपण लिहून काढलं, तर लक्षात येईल कि विषय खूपच शुल्लक असतात. आपण जर हो ला हो म्हणत राहिलो, तर वातावरण हसतं खेळतं राहतं, आपल्याला हवा तेव्हा चहा बायकोकडून मिळतो आणि फरक तर काहीच पडणार नसतो. बायको खुश होणार हा फार मोठा बोनस मिळणार असतो. देन व्हाय नॉट टू गो फॉर चेंज!!

म्हणून आजच्या शुभ मुहूर्तावर मी बायकोला गिफ्ट दिले, ते असे - जो तुमको हो पसंद वही बात कहेंगे . . .

सगळ्याच नवरे मंडळींनी पाडव्याच्या शुभ दिवशी आपल्या बायकोला असेच गिफ्ट दिले तर खऱ्या अर्थाने पाडवा सण साजरा होईल आणि घराघरात आनंद राहील.....

फोनवर किती वेळ बोलावं !

गेल्या आठवड्यात मी डोळ्यांच्या डॉक्टरांकडे डोळे तपासायला गेलो होतो. नंबर बदलल्यामुळे डोळ्यावर थोडा ताण पडत होता. डॉक्टरांनी नवीन नंबरचा कागद करून दिला आणि डोळ्यात टाकायला झिंको सल्फा हे ड्रॉप्स लिहून दिले. चष्मा करायला टाकला आणि बायकोच्या मदतीनी ड्रॉप्स डोळ्यात टाकायला सुरू केले. आज दुपारीच आम्ही दोघेही बावधनला मुलीकडे गेलो होतो. संध्याकाळचे पाच वाजले असतील, मी मोबाईल वर काहीतरी बघत होतो. ऋता (बायको)) म्हणाली, दोन मिनिटे मोबाईल बघू. उद्या आम्हाला एका मुंजीला जायचं आहे. मैत्रिणीला विचारते किती वाजता निघायचं ते. माझी डोळ्यात ड्रॉप टाकायची वेळ झाली होती. मी बायकोच्या हातात मोबाईल दिला आणि ड्रॉप ची बाटली पण दिली. आणि म्हणालो, मी आत गादीवर पडतो आहे, तुझे बोलणे झाले की डोळ्यात ड्रॉप टाकून दे. मी आत जाऊन गादीवर आडवा झालो. वाट बघणं आलं, की आपोआपच गाणी गुणगुणणे सुरू होते. २- ३ गाणी झाली असतील, आणि मला डुलकी लागली. कुणीतरी

माझ्या कपाळावर हात ठेवल्यामुळे मला जाग आली. बघतो तर मुलगी ऑफिस मधून आली होती, आणि माझ्या कपाळावर हात ठेवला होता. आणि विचारत होती, बरं वाटत नाही आहे का ?

मी : बरं वाटतंय, किती वाजले, आई कुठे आहे ?

मनीषा (मुलगी) : या वेळेला का झोपलात. ७ वाजले आहेत. आई फोनवर बोलते आहे.

मी सगळी स्टोरी सांगितली. तिने जाऊन आईच्या हातातली ड्रॉप ची बाटली आणली. आणि माझ्या डोळ्यात ड्रॉप टाकून दिले. मी म्हणालो, बाटली पुन्हा आईच्या हातात ठेव. मी पाच मिनिटांनी उठलो आणि बाहेर आलो. ऋता फोनवर बोलतच होती. दोन मिनिटांनी तिचं बोलणं संपलं.

ऋता : तुम्ही आत जाऊन पडणार होता ना. चला ड्रॉप्स टाकून देते, मग चहा करायचा आहे. केदार (जावई) आता येईलच. त्याला आल्या आल्या चहा लागतो.

मी : आता आधी सगळे चहा पिऊ, मगच ड्रॉप टाकून दे. डॉक्टर म्हणाले होते, शक्य होईल तेव्हा चहा पिऊन मगच डोळ्यात ड्रॉप घालत जा. उद्या मुंजीला जायची वेळ ठरली का ?

ऋता : हो दहा वाजता निघू आम्ही.

मी तिच्या हातातली ड्रॉप्सची बाटली घेतली आणि बॅगेत ठेवली.

बायकोच्या लक्षात आलं, की मुलीनी ड्रॉप्स टाकून दिले आहेत. आपण फोनवर जवळजवळ दोन तास बोलत होतो, त्यामुळे ड्रॉप टाकायचे राहून गेले, तरीही नवरा काही बोलला नाही, म्हणून बायको मनामधे खुश झाली. बायकोला खुश बघून मी पण खुश झालो. मला आमच्या गुरूंचा एक मंत्र आठवला, "कुणी काय करावं; हा ज्याचा त्याचा प्रश्न आहे. आपण काय करावं; एवढाच आपला प्रश्न असावा". म्हणजे ओघानी त्यामधे हे पण आलेच, की कोणी फोनवर किती वेळ बोलावं / कुणाशी बोलावं / काय बोलावं / किती लहान मोठ्या आवाजात बोलावं, वगैरे . यामुळे वादविवाद होत नाहीत, ताण तणाव होत नाहीत.

बायकोने मस्त चहा केला आणि सगळेजण मस्त चहा प्यायलो.

(दुसरा दिवस)

सकाळचे दहा वाजले असतील. माझ्या फोनची रिंग वाजली.

तिकडून : ऋता आहे का ?

(ऋताच्या मैत्रिणीचा फोन होता)

मी : ती वर गच्ची झाडायला गेली आहे. तिला काही निरोप द्यायचा आहे का ? तिला खाली बोलावू का ?

तिकडून : तिच्याशीच बोलायचं होतं. उद्या आम्हाला एका बारशाला जायचं आहे, तिथे जाण्याची वेळ ठरवायची होती.

मी : सांगतो तिला, पाच एक मिनिटात ती तुम्हाला फोन करेल.

फोन संपला.

माझी डोळ्यात ड्रॉप्स टाकण्याची वेळ झाली होती. मी हातात बाटली घेऊन ऋताची वाटच बघत होतो.

तेवढ्यात ऋता खाली आलीच. तिला सांगितलं - असा असा फोन होता, उद्या तुम्हाला बारशाला जायचं आहे, त्याची वेळ ठरवण्या करता. त्यांना फोन कर.

ऋता : तुम्ही आडवे व्हा, तुमच्या डोळ्यात आधी ड्रॉप टाकून देते, आणि मग फोन करते.

मी ड्रॉप्स टाकून घेतले आणि फोन सुरू झाला.

पाच मिनिटांनी मी उठलो, आंघोळ आटोपली, पूजा केली आणि बँकेची दोन-तीन कामं करायची होती, ती करायला बाहेर पडलो.

ऋताचे फोनवर बोलणे सुरूच होते, नंतर फोन किती वेळ चालू होता, कल्पना नाही. मला लगेच आमच्या गुरूंचा मंत्र आणि त्यांच्या प्रवचनाचा एक भाग आठवला ---

"कुणी काय करावं; हा ज्याचा त्याचा प्रश्न आहे. आपण काय करावं; एवढाच आपला प्रश्न असावा".

यामध्ये कुणी कुठे जावं, कुणाशी बोलावं, काय खावं, काय खरेदी करावी, काय कपडे घालावेत, हे सगळंच यामधे आलं.

या "कुणी" मध्ये नवरा आला, बायको आली, आईवडिल आले, मुलं आली, सासु सासरे आले, नातेवाईक आले, मित्र आले.

आपण नेमकी इथेच चूक करतो आणि आपल्या आयुष्याचा सीन बिघडवतो. आपली मते, आपले विचार, आपले अनुभव, या सगळ्या कुणींवर, आपण लादण्याचा प्रयत्न करतो. या सगळ्यांनी काय करावं किंवा काय करू नये, हे आपण ठरवण्याचा प्रयत्न करतो. मनासारखे होणार नाही हे सरळच असते. मग आपली चिडचिड सुरू होते, वाद-विवाद सुरू होतात. आणि ताण तणाव पण निर्माण होतात

आपली मुलं १३ - १४ वर्षांची झाली, की त्यांना पण आपण या "कुणी" मध्ये धरायला पाहिजे. हे आपल्याला समजत नसते. त्यामुळे मुलं मोठी झाल्यावर पण आपण आपले विचार त्यांच्यावर लादण्याचा जोर धरतो. आणि वादावादीला आमंत्रण देतो. आणि घरामधले वातावरण गढूळ करतो.

मुलं लहान असतांना / त्यांना समजायला लागेपर्यंत ती नक्कीच आपल्या मर्जीप्रमाणे वागू शकतात. पण ते त्यांना सांगून नाही, किंवा त्यांच्यावर जबरदस्ती करून नाही, तर आपण तशी कृती करून. मी घरात आल्याआल्या टीव्हीवर मॅच / बातम्या / सिरीयल लावून बघत बसलो, जेवताना टीव्ही बघत बसलो, किंवा मोबाईलवर बोलत बसलो, टॉयलेट मध्ये मोबाईल घेऊन बसलो आणि मुलांनी असं केलं तर त्यांच्यावर आरडा ओरडी करायला लागलो. तर हे मुलांना आवडणार नाही, हे सरळच आहे. मुलांना सारखं म्हटलं, असं करू नका / तसं करू नका, म्हटलं आत जाऊन अभ्यास करा. तर असं कधीच होणार नाही. मी जर पुस्तक वाचत बसलो, तर मुलांना काहीही न सांगता आपोआपच वाचनाची सवय लागेल. असा अनुभव बऱ्याच जणांचा असतो. लहान मुलांना नेहमी मोठ्यांची कॉपी करायला आवडते.

कोणी काय करावं, हा ज्याचा त्याचा प्रश्न आहे, हे जर आपल्याला पटलं आणि ते आपल्या मनात रुजलं, तर या विचारामुळे आपल्या समोरचे किती प्रश्न आपोआपच कमी होतात ते बघा.

रोजच्या प्रश्नांच्या जंजाळातून तुम्हाला किती मोकळं मोकळं वाटायला लागलं, ते बघा. . .

आता प्रत्येक 'मी' समोर फक्त एकच प्रश्न उरतो, की, मी काय करावे ?

आणि याचे उत्तर अगदीच सोपे आहे. आपल्या कुठल्याही कृतीमुळे समोरच्याला किंवा कुणालाही त्रास होणार नाही असे काहीही करायला हरकत नाही. आपल्या प्रत्येक कृतीतून आपल्याला आनंद मिळाला पाहिजे आणि समोरच्याला पण आनंद मिळाला पाहिजे.

(तिसरा दिवस),

आपण "इजा बिजा आणि तिजा" असे म्हणतो. याचा बहुतेकांना अनुभव असेलच. फोनवर बोलल्याबद्दलचे दोन अनुभव शेअर केल्यानंतर, इजा बिजा तीजा मधला तिसरा मजेशीर अनुभव आज आला.

आधीचे बायकोचे फोनवर बोलण्याचे दोन अनुभव शेअर केल्यामुळे, बायको थोडी नाराज झाली होती. खरंतर आपण सगळ्यांनीच वेळ मिळेल तेव्हा ग्राहम बेल यांनी दिलेल्या टेलिफोन या उपकरणाचा, म्हणजे आताच्या भाषेत मोबाईलचा भरपूर आणि मनसोक्त वापर हा केलाच पाहिजे. त्यामध्ये गैर किंवा चुकीचे असे काहीच नाही. आज काल मुद्दाम कोणाचे कोणाकडे जाणे होत नाही. मग फोनवर बोलून मनसोक्त गप्पाटप्पा करायला काय हरकत आहे. गप्पा मारल्या मुळे मन मोकळं होतं, मन आनंदित होतं, काही चांगल्या गोष्टींची देवाण-घेवाण होते आणि हे सगळ्यांनी करायलाच पाहिजे.

फोनवर गप्पा मारताना दोन गोष्टी मात्र अवश्य टाळायला पाहिजेत. एक म्हणजे निगेटिव्ह गप्पा नकोत, आणि डोळ्यात ड्रॉप टाकायचे म्हणून कोणाला आडवं व्हायला सांगायचं आणि फोनवर गप्पा सुरू करायच्या, असे नको. असो,

नाराज झालेल्या बायकोला कसे खुश करावे असा विचार मी करतच होतो. असे म्हणतात, आपली इच्छाशक्ती जर स्ट्राँग असेल, तर अस्तित्व आपल्या विचाराप्रमाणे घटना घडवतेच. आणि तशीच मजेशीर घटना घडली ती अशी, आणि ही बायकोला आनंद देणारी अशीच होती.

आज बावधनला जातांना, दोघे कॅनरा बँकेत गेलो. बायकोची पाच वर्षांपूर्वी काढलेली एफडी मॅच्युअर झाली होती. ती रिन्यू करायची होती. पावतीवर मागे सगळे लिहून दिले आणि पावती त्या मॅडमना दिली. आणि लक्षात आले की ऋता आता सीनियर सिटीझन आहे, त्यामुळे व्याज जास्ती

मिळू शकते. मी मॅडमला म्हटलं, आता सिनिअर सिटीझन म्हणून रिन्यू करा.
मॅडम : त्याकरता त्यांचे एज प्रूफ लागेल. यांच्याकडे बघून त्या सीनियर सिटीझन आहेत असं वाटत नाही.
तुमच्या नावाची पावती असती, तर मी म्हटलं असतं, पावती करून ठेवते, न्यायला याल तेव्हा तुमचे एज प्रूफ घेऊन या. कारण तुमच्याकडे बघून तुम्ही सीनियर सिटीझन आहात, हे लगेच लक्षात येतं. ऋता मॅडम कडे बघून त्या सीनियर सिटीझन वाटतच नाहीत. म्हणून एज प्रूफ पावती रिन्यू करताना लागेल.
मी (मनात) : जी व्यक्ती सीनियर सिटीझन वाटत नाही, तिला आपण बासष्ट वर्षांपूर्वी तयार केलेल्या दाखल्याच्या आधारे सीनियर सिटीझन ठरवायचं, आणि किरकोळ व्याज जास्ती घ्यायचं, हे बरोबर नाही.
मी : मॅडम, आहे तशी रिन्यू करायला काही अडचण नाही ना. नॉर्मल म्हणूनचं रिन्यू करा.
मॅडम : ठीक आहे, करून ठेवते. आता पाच वर्षानंतर पुन्हा जेव्हा रिन्यू करायला याल, तेव्हा आपण ठरवू, की तेव्हा पण नॉर्मलच रिन्यू करायची, का सीनियर सिटीझन म्हणून रिन्यू करायची.
बायको खुष, बँक खुष आणि मी पण खुष.
बँकेतून बाहेर पडलो. स्कुटर स्टार्ट केली, आणि बायकोला बस म्हणून खूण करणार, एवढ्यात माझ्या फोन ची रिंग वाजली. मी फोन घेतला -
मी : नमस्कार
तिकडून : मी प्रीती बोलतेय. (ऋताच्या मैत्रिणीचा फोन होता). ऋता आहे का ? आम्हाला परवा एका डोहाळजेवणाच्या कार्यक्रमाला जायचे आहे. त्याबद्दल ठरवायचे होते.
मी : आहे, तिला फोन देतो.
ऋताला फोन दिला. ती मागे बसली आणि बोलणे सुरु झाले.
मी मनात आमच्या गुरूंचा मंत्र आठवला, “कुणी काय करावं, हा ज्याचा त्याचा प्रश्न आहे”.

म्हणजे स्कुटर वर मागे बसलेल्या बायकोनी, समोर आणि आजूबाजूला बघत अलर्ट राहावे, का फोनवर वर बोलत राहावे, हा पण तिचाच प्रश्न आहे.

मी रिलॅक्स झालो आणि समोर बघत स्कुटर सुरु केली.

थोडी जाहिरातबाजी - सगळीकडेच जाहिरातींचा सुळसुळाट असतो. विचार केला आपण पण आपल्या पुस्तकांची जाहिरात करावी. पुस्तक -

पृष्ठसंख्या १६०, किंमत रू २००/-, २९ लेखांचे संकलन. ॲमेझॉन वर sudhir karandikar टाईप करा. पुस्तक दिसेल - ऑर्डर करा. किंवा तुमचा पत्ता मला कळवा. मी पुस्तक ऑर्डर करीन. ३ दिवसात पुस्तक कुरियरने तुमच्या घरी येईल.   Mob 9225631100

फळाची अपेक्षा एक वेगळा विचार

फळाची अपेक्षा म्हटलं की लगीच आपल्या मनात 'कर्मण्ये वाधिकारस्ते मा फ़लेषू कदाचन' हा गीतेमधला उपदेश आल्याशिवाय रहात नाही. म्हणजेच कर्म करत राहायचं पण फळाची अपेक्षा ठेवायची नाही. परीक्षेकरता आपण भरपूर अभ्यास करायचा, पण पहिला-दुसरा नंबर येईल अशी अपेक्षा ठेवायची नाही. ऑफ़ीस मधे मान मोडून / इमाने-इतबारे खूप काम करायचं, पण प्रमोशनची अपेक्षा ठेवायची नाही. घरातल्या स्त्रीनी सगळ्यांकरता जीव ओतून काम करायचं, पण कोणी कौतुकाचे चार शब्द बोलेल अशी अपेक्षा ठेवायची नाही. आई-वडीलांनी मुलांना ऊंचावर नेण्याकरता आयुष्यभर जिवाचे रान करायचे, पण मुलांनी म्हातारपणी आपली विचारपूस करावी अशी साधी अपेक्षा ठेवायची नाही. असाच याचा अर्थ होतो. हे सगळे जरी असे असले, तरीपण, कुठलेही इच्छित डोळ्यापुढे ठेऊन आपण जेव्हा एखादे कर्म करतो, तेव्हा आपल्या मनाच्या कोपऱ्यात 'अपेक्षा' ही घर करतेच.

सीता स्वयंवरात, जिंकण्याच्या हेतूनीच रामानी शिवधनूष्य पेलले असणार ! अर्जुनानी पण द्रौपदीशी विवाह या अपेक्षेनीच माश्याचा डोळा भेदला असणार ! आपलं राज्य परत मिळवण्याच्या अपेक्षेनीच पांडवांनी युध्द पुकारले असणार ! अर्थात या घटना, गीतेमधला हा उपदेश अस्तित्वात येण्यापुर्वीच्या आहेत. म्हणजे 'अपेक्षा' समोर होत्याच !

कुरूक्षेत्रातल्या युध्यात, युध्द जिंकण्याची अपेक्षा तर कौरव आणि पांडव या दोघांनी पण ठेवली असणारच ! युध्द जिंकल्यानंतर विजय हे एक फळ आहेच पण युध्दानंतरचे परिणाम, जसे, असंख्य निरपराध लोकांचा मृत्यु, असंख्य स्त्रीयांना वैधव्य, असंख्य बालकांचे निराधार होणे आणि महाभारतामधील युध्द म्हणजे स्वकीय, गुरूजन आणि वडीलधारी मंडळी यांचा मृत्यु, ही पण परिणाम स्वरूप फळेच आहेत. श्लोकाच्या अर्थाप्रमाणे या फळांची अपेक्षा न करणे / परिणामांचा विचार न करणे / स्वत:ला कर्ता न समजणे / जबाबदारी देवावर टाकणे, असे जरी मानले तरी पण हे सगळे क्लेशकारक आणि चुकीचेच वाटते. मग 'कर्मण्ये वाधिकारस्ते ' हा उपदेश काय संदर्भ समोर ठेऊन कृष्णानी युध्दभूमीवर अर्जुनाला केला असावा ? मुळ श्लोक किंवा उपदेश वेगळा पण असू शकतो कां ? कारण मुळ उपदेश आणि संदर्भ जशाचा तसा ६-७ हजार वर्ष मुळ स्वरूपात निरनिराळ्या माध्यमांमधून कॅरी-फॉरवर्ड होत रहाणे अशक्यप्राय वाटते. या मधल्या काळात असंख्य भाषा बदलल्या असतील. मराठी सारख्या भाषा अधेमधे आल्या असतील तर एकाच शब्दाचे दोन अगदी विरुध्द अर्थ पण होऊ शकतात हे दादा कोंडके यांच्या सिनेमात आपण बघतोच. अनुवाद करतांना शब्दांमध्ये /अर्थामध्ये बदल पण होऊ शकतात. संध्याच्या मॅनेजमेंट्च्या विद्यार्थ्यांना कम्युनिकेशन विषय शिकवतंना साधारण ३०-३५ जणांना लांब लांब उभे करतात. प्रोफेसर पहिल्याच्या कानात एक वाक्य सांगतात.ते ऐकून त्यानी ते पुढच्याला सांगायचे, त्यानी पुढच्याला,असा क्रम सुरू ठेवतात. शेवटचा मुलगा ऐकलेले वाक्य फळ्यावर लिहीतो.असं लक्षात येतं की,मुळ वाक्य आणि फळ्यावरचे वाक्य यामधे 'ध' चा 'मा' म्हणजे 'अमक्याला धरा' चे

'तमक्याला मारा' असे झालेले असते. म्हणूनच म्हणतात 'पुराणातली वांगी पुराणात'.

पुराणकाळातले उपदेश, वचने, ही त्या त्या वेळचा संदर्भ लक्षात घेऊनच ज्ञानी लोकांनी त्या वेळेकरता केली असणार. रूढी, परंपरा यांचे पण असेच असावे. बहूतेक संदर्भ आता काळाआड गेले आहेत. आणि काळाप्रमाणे परिस्थिती पण बदलली आहे. अशावेळेस पुराणकाळातील वचने, उपदेश यांचा शब्दश: वापर करावा कां ? कां, त्यांचा मतितार्थ (reading behind the lines) याचा वापर करावा, यावर प्रत्येकानीच स्वतंत्र विचार करायला पाहिजे. नवीन गाडी घेतल्यावर / गाडी घेऊन बाहेरगावी जातांना आपण चाकांखाली अजुनहि लिंबं ठेवतो, चहाचे दुकानदार सकाळी पहिला चहाचा ग्लास अजुनही काही गावांमध्ये रस्त्यावर ओततात, एखाद्याच्या मृत्युनंतर तेराव्याला आपण मुलाला अजुनही पंचा / टॉवेल देतो. अशा कैक गोष्टी आपण नित्यनेमानी अर्थ समजून न घेता / संदर्भ लक्षात न घेता करत असतो. कां करतो ? तर हा करतो म्हणून मी पण करतो / सासुबाई सांगतात म्हणून मी करते / कोण काय म्हणेल म्हणून मी करतो. अशी साखळी सुरू आहे आणि सुरू राहील. बरीच वचने / उपदेश / रूढी / परंपरा या काळाप्रमाणे बाद पण ठरू शकतात.

आजचे आजोबा त्यांच्या आजोबांनी त्यांना केलेले उपदेश स्वत:च्या मुलांना आणि नातवंडांना करतांना आपण आजहि बघतो. जसे, रात्री नखे कापू नका / ‘लवकर निजे-लवकर उठे, त्यास आरोग्य-- -- -लाभे’.

पूर्वी इलेक्ट्रीसिटी हा प्रकार नव्हता. रॉकेलचा दिवा लावावा तर तेवढे पैसे नसायचे आणि त्याचा उजेड पण जेमतेमच असायचा. घरातली सगळी कामे आटपायची म्हणजे पहाटे उठण्याशिवाय पर्याय नव्हता. हा संदर्भ लक्षात घेऊन तेव्हाच्या संतांनी ‘लवकर निजे-लवकर उठे, त्यास आरोग्य लाभे’ हा गुरूमंत्र लोकांना दिला असावा. आणि पहाटे ३ –४ या वेळेला ब्रम्हमुहूर्त हे नाव दिले असावे. त्या मुळे लोक अंधार पडायच्या आंत जेवण करायचे आणि ७ – ७॥ ला झोपायचे. आणि पुण्यकर्म म्हणून

पहाटे 3-४ ला ब्रम्हमुहूर्त समजून उठायचे. पिढ्यान् पिढ्या हा मंत्र पाळून लोक छान मॅनेज करत होते.

आता संदर्भ बदलले आहेत. आता लोकांना घरी यायलाच ८-८.३० होतात. मुले क्लास करून ८-९ ला घरी येतात. घराघरात वीज आहे. त्यामुळे ११ पर्यंत झोपणे आणि ६ ला ब्रम्हमुहूर्त संबोधणे हीच काळाची गरज आहे. एखाद्याला कामामुळे झोपायला १ वाजत असेल, तर त्यानी ८ला ब्रम्हमुहूर्त म्हणावे आणि ८ ला मस्त मजेत उठावे. अशाप्रकारे जुन्या म्हणी / श्लोक आता विचारपूर्वक बदलणे गरजेचे नक्कीच आहे. बऱ्याच ठिकाणी आपण बदलायला सुरूवात पण केली आहे. लग्न ठरवतांना आधी पत्रिका बघण्यावर भर असायचा. जमाना बदलतो आहे. मेडिकल सायन्स पुढे जातय्. आता बरेच जण पत्रिकेऐवजी भेटी / गाठी घेणे व इतर काही गोष्टी यावर भर देतात. टीव्ही वरची "खुलता कळी खुलेना' ही सिरियल बघितल्यापासून बरेच जण नाडी परिक्षेवर भर देत आहेत. बरोबरच आहे, काळाप्रमाणे बदलायलाच पाहिजे !

संध्या जमाना सकारात्मक विचारांचा म्हणजेच पॉझिटीव्ह थिंकीग चा आहे. आणि यामधे फळाची अपेक्षा ही अंर्तभूतच आहे. आपल्या बहूतेक पूजांमधे / धार्मिक विधिंमध्ये पण 'फल प्रित्यर्थम् पूजनम् करिष्ये' असा उल्लेख असतो. म्हणजे फळाची अपेक्षा ही असतेच ! असं म्हणतात, 'It is not the strong person who wins the race, but the person who thinks that he can win the race, wins the race'. कुठलेहि कार्य करतांना आपण यशस्वी होणारच, हा विचार कायम मनात ठेवा असेच आजचे गुरूजन शिकवतात. असं म्हणतात, तुमची स्वर्गात जायची इच्छा असेल तर त्या दिशेनी कार्य सुरू करा, आणि आपण तिथे पोहोचणारच असे मनात पक्के ठरवा. तुम्ही स्वर्गात नक्कीच पोहोचाल. एक विचार प्रवाह तर अजुन पुढे जाऊन असे पण सांगतो, की, मनानी स्वर्गात लगेच पोहोचून जा. बाकी सोपस्कार जसे पासपोर्ट / व्हीसा नियती आपोआप पुर्ण करेल. 'If you can imagine it, you can achieve it. If you can dream it, you can become it'. थोड्क्यात काय तर फळाची अपेक्षा ठेवूनच कार्य करायला पाहिजे.

'यद भवम् तद भवंति'. म्हणजे जसा विचार मनात आणाल तसेच घडते. 'what you think, so you become'. असं म्हणतात, की, प्रत्येक घटना दोनदा घडत असते. आधी मनात घडते आणि नंतरच ती प्रत्यक्षात उतरते. म्हणजेच फळाची अपेक्षा आधी मनात यायला पाहिजे. अर्थात नियमांना अपवाद हे असतातच.

एक अशी गोष्ट सांगतात – एका स्पेशालिटी हॉस्पीटल मधे एका विशिष्ठ आजाराकरता २० लोक भरती होते. परदेशातून औषध आल्यानंतरच खात्रीशीर इलाज शक्य होता. परदेशातून औषध आले पण १० जणांचेच आले. साधारण सकारात्मक विचार सरणीच्या १० जणांना लोकल जुजबी औषध दिले आणि उरलेल्या १० जणांना परदेशातून आलेले औषध दिले. सगळ्यांना मात्र असे सांगितले की तुमच्या आजारावरचे औषध परदेशातून आले आहे आणि यामुळे सगळेच १०० टक्के बरे होणार. सकारात्मक विचार सरणीच्या लोकांनी आता आपण लौकरच बरे होणार या खुषीत रोज डोस घ्यायला सुरूवात केली. इतर लोक ज्यांना परदेशातून आलेले औषध दिले होते, ते सगळे औषध घेतांना विचार करायचे, इतकी औषधे झाली, आता हे पण घेऊन बघू काही फरक पडतोय का ! माहित नाही बरे होतो की नाही ? सगळ्यांचे डोस संपल्यावर असे लक्षात आले की, सकारात्मक विचार करणारे लोकल औषध घेऊनहि १० पैकी ७ जण बरे झाले आणि परदेशी औषध घेऊनही नकारात्मक विचार करणारे १० पैकी ४ च जण बरे झाले.

थोडक्यात काय, तर, इच्छित मार्गावर जातांना सकारात्मक विचार करायला पाहिजे आणि फळाची अपेक्षा पण ठेवायलाच पाहिजे. काळानुसार बदललेला नवीन श्लोक असा असू शकेल -----

कर्म करत जा, फळाची अपेक्षा ठेवत जा,
फळ मिळालं तर सगळ्यांना वाटून मजेत खात जा,
अपेक्षा भंग झाला,
तर, आपलच् काहीतरी चुकलं असावं, असं समजत जा,
चूक सुधारून कर्म करत जा, फळाची अपेक्षा ठेवत जा ॥

कर्म करत जा, फळाची अपेक्षा ठेवत जा,
फळ मिळालं तर सगळ्यांना वाटून मजेत खात जा,
अपेक्षा भंग झाला,
तर, कुणाची तरी मदत घ्यायला पाहीजे हे समजत जा,
'मदत माग- मदत तयार आहे' हे स्वामींचे वचन आचरणात आणत जा,
मदत घेऊन कर्म करत जा, फळाची अपेक्षा ठेवत जा ॥

कर्म करत जा, फळाची अपेक्षा ठेवत जा,
फळ मिळालं तर सगळ्यांना वाटून मजेत खात जा,
अपेक्षा भंग झाला,
तर, या वेळेस योग नव्हता हे समजत जा,
आज योग नसेल, तर उद्या असेल, उद्या नसेल तर परवा असेल, हे सत्य
समजत जा,
जो थांबला तो संपला, हे ध्यानात ठेवत जा,
कर्म करत जा, फळाची अपेक्षा ठेवत जा ॥

सुचलेला एक विचार -
माणसाने इतकं हसतंमुख रहावं,
की मधुबालानी पण तोंडात बोट घालावं,
आणि देवानंदनी पण आपलं कौतुक करावं ॥
माणसाने आयुष्य इतकं सुंदर जगावं,
की सुंदर शब्दालाही असं वाटावं,
की हे सौंदर्य तर मला माहीतच नव्हतं ॥
आणि याकरता आपण इतके प्रयत्न करावेत,
की देवालाही आपलं भाग्य बदलणं भाग पडावं ॥

115

Reading the rules behind the lines

To read between the lines किंवा read behind the lines ही म्हण आपण बऱ्याच वेळा ऐकतो. याचा अर्थ पण आपल्याला समजत असतो. पण या म्हणीचा उपयोग आपल्या वागण्यात करणे, हे बहुतेकांना कठीण जाते. कारण जसं दिसतं तेवढंच समजणं हे केंव्हाही सोपं असतं. डोक्याला काहीच ताण द्यावा लागत नाही. काही वेळा नुसतं वाचून काहीच अर्थबोध होत नसतो. म्हणजे काम अजूनच सोपे. संतांची वचने वाचून किंवा ऐकून आपल्याला बऱ्याच वेळा अर्थबोध होत नाही. त्यामुळे तसे वागून मिळणाऱ्या फायद्यांपासून आपण कायम वंचित राहतो किंवा त्यांना आपण मुकतो. जाणकारांचे प्रवचन किंवा निरूपण ऐकून मात्र वचनांचा मतितार्थ म्हणजेच between the lines किंवा behind the lines अर्थ आपल्याला समजतो. काही जणांचा अभ्यास तर इतका दांडगा असतो, कि ते reading beyond the lines या लेव्हलला पण पोहोचलेले असतात. यामुळेच अशी प्रवचने ऐकून मनामधे गोडी निर्माण होते.

लिखित नियमांकरता खरंतर बिटवीन द लाईन्स किंवा बिहाईंड द लाईन्स असा प्रकार असूच शकत नाही, असेच कोणीपण म्हणेल, आणि ते रास्तच आहे. पण तसा वेगळा विचार करणारे पण लोक आहेत, हे सांगणारा अनुभव या लेखामध्ये मांडला आहे.

रस्त्याकरता असलेले ट्रॅफिकचे नियम आपल्या सगळ्यांनाच माहीत आहेत. जसे, वेग मर्यादा पाळा, सिग्नल पाळा, रस्त्यावर उलटे येऊ नका, फुटपाथवर टू व्हीलर चालवू नका, नो एन्ट्री मध्ये गाडी घुसवू नका, गाडी चालवताना मोबाईलवर बोलू नका, गाडीमध्ये क्षमतेपेक्षा जास्त लोक बसवू नका, चालणाऱ्यांनी फूटपाथवर चाला, चालणाऱ्यांनी झेब्रा क्रॉसिंग वरचं रस्ता ओलांडा, वगैरे.

आपल्या इथे चान्स मिळेल तेव्हा, आणि जेंव्हा पोलीस नसेल तेव्हा, शंभर पैकी 99 जण, कुठले ना कुठले तरी ट्रॅफिक चे नियम मोडत असतातच. रस्त्यावरचा एखादाच माझ्यासारखा, सगळे नियम पाळत असतो, आणि रस्त्यावरचा एकमेव मूर्ख ठरत असतो.

खोटे बोलणे हा अधर्म आहे असे आपण मानतो. पण एखाद्याचे भले होणार असेल आणि कुणाचेही नुकसान होणार नसेल, तर जरुर खोटे बोला, असेच संत सांगतात. यालाच "रिडींग बिहाईंड द लाईन्स" असे म्हणता येईल.

अशाच अर्थाचा ट्रॅफिक नियमांविषयीचा अनुभव माझ्या मोठ्या मुलीला परदेशामधे आला. परदेशांमध्ये आणि स्पेशली युरोपमध्ये, ट्रॅफिकचे नियम कुणीच मोडत नाहीत, हे आपण जाणतोच आणि तिथे गेलेले लोक तसा अनुभव पण सांगतात.

माझी मोठी मुलगी मनीषा, जावई केदार, त्यांची दोन मुलं अथर्व आणि तन्वी, इयत्ता दहावी आणि इयत्ता सातवी, आणि माझ्या धाकट्या मुलीची म्हणजे दीप्तीची मुलगी समिहा, इयत्ता चौथी, असे पाच जण स्कँडिनेव्हिया मध्ये फिरायला गेले होते. त्यांचा हा अनुभव आहे, स्वीडनमध्ये स्टॉकहोम इथला.

त्यांना कॅब करून एका ठिकाणी जायचे होते. कॅब आली.

(इथे इंग्रजी सगळ्यांना समजते, खालचा संवाद इंग्रजी मध्ये होता)

कॅब ड्रायव्हर : मॅडम, पाच जणांना इथे कॅब मध्ये अलाऊड नाही.

मनीषा : मला वाटलं, छोटी मुलगी चालू शकेल.

थोडा विचार करून - -

कॅब ड्रायव्हर : मॅडम, बरं या बसा. छोट्या मुलीला मात्र सीट वर बसवू नका, तिला खाली म्हणजे पायाशी बसवा.

सगळे बसले, गाडी सुरु झाली.

मनीषा : अहो, पोलिसांनी पकडले तर तुम्हाला दंड भरावा लागेल ना !

कॅब ड्रायव्हर : मॅडम, सगळ्याच ठिकाणी सगळेच नियम हे लोकांच्या सोयी करता असतात. पण अगदीच शुल्लक बाबी करता, कोणाची गैरसोय होत असेल, कोणी अडचणीत येणार असेल, तर आपणच नियम थोडेसे वाकवायचे असतात, पण तेही विचारपूर्वक आणि सुरक्षितता लक्षात घेऊनच, असे मी नेहेमीच मानतो. म्हणूनच मी छोट्या मुलीला खाली बसवा असं म्हणालो.

तुम्ही या शहरात नवीन आहात. तुम्ही दोन कॅब करून गेलात, आणि ट्रॅफिकमध्ये दोन गाड्या थोड्या मागेपुढे झाल्या, तर तुमची कारण नसताना धावा धाव होईल, गोंधळ होईल आणि वेळ पण वाया जाईल. तुमच्याकरता इथे वेळ नक्कीच महत्वाचा आहे. छोटी मुलं आहेत म्हणजे सगळ्यांनी एकत्र जाणे हेच सोयीचे होते.

गाडीची कपॅसिटी ड्रायव्हर धरून पाच, हे गणित पॅसेंजर्सचे ॲव्हरेज वजन लक्षात घेऊन ठरवलेले असते, आणि ॲव्हरेज जाडीची किती माणसं गाडीमध्ये आरामात बसू शकतील, हा पण विचार केलेला असतो.

तुमच्या बाबतीत वजन आणि जाडी हे दोन्ही लागू होत नाही.

हे सगळे लक्षात घेऊन मी विचार केला, let me read the rule, “5 persons only including driver” behind the lines. And be helpful to the passengers.

आता रस्त्यावरचा पोलीस पण असाच विचार करेल हे काही जरूरी नाही. कारण, "कुणी काय करावे / काय बोलावे / कसे वागावे / वगैरे वगैरे हा ज्याचा त्याचा प्रश्न आहे". माझ्या गाडीत ५ जण बसवण्याच्या माझ्या विचाराकडे पोलिसांनी कसे बघावे, हा नक्कीच पोलिसांचा प्रश्न आहे. पण पोलिसांना असा विचारच करावा लागू नये, म्हणूनच आपण छोट्या मुलीला खाली बसवले आहे.

मनीषा (मनात) : असे विचार करणाऱ्या ड्रायव्हरची वैचारिक पातळी वाखाणण्यासारखी आणि कल्पनेबाहेर चीच आहे, असेच म्हणायला पाहिजे.

काही वेळातच उतरण्याचे ठिकाण आले.

मनीषानी विचारलं, छोट्या मुलीचे किती पैसे एक्स्ट्रा द्यायचे.

कॅब ड्रायव्हर : कशाबद्दल एक्स्ट्रा पैसे.

नो एक्स्ट्रा मनी प्लीज. यू आर वेलकम टू स्वीडन. प्लिज एन्जॉय युवर स्टे इन आवर सिटी.

बिल दिले, थँक्स आणि बाय-बाय ची देवाण-घेवाण झाली. आणि ही भेट संपली.

अगदी असाच अनुभव त्यांना स्वीडन मधे अजून दोन ठिकाणी पण आला.

ट्रीप मध्ये इतर देशांमध्ये त्यांचा बराच प्रवास ट्रेन / बस नी झाला आणि काही ठिकाणी जावयानी रेंट वर कार घेतली आणि स्वतः ड्राईव्ह केले, त्यामुळे एक कॅब आणि पाच डोकी, हा प्रश्न आला नाही.

ह्या अनुभवातून आपल्याला बरेच काही शिकण्यासारखे आहे. पहिली गोष्ट म्हणजे माणसाच्या वैचारिक पातळीची उंची आणि माणसाचे सोशल स्टेटस किंवा शिक्षण यांचा काहीही संबंध नसतो. म्हणूनच कुणाशीही

बोलतांना आपण नम्र असलो, तरच आपल्याला समोरच्याची उंची कळू शकते आणि आपल्या ज्ञानात भर पडू शकते. आपल्या दैनंदिन जीवनात आपल्या वागण्याबद्दल आपली बायको आपल्याला काही बोलली / आपला नवरा आपल्याला काही बोलला / वयस्कर मंडळी काही बोलली / मुले काही बोलली / नातेवाईक, मित्र काही बोलले, तर आपण त्या बोलण्याचा नेहेमीच शब्दश: अर्थ घेत असतो आणि दोनाचे चार / चाराचे चाळीस / आणि चाळीस चे कैक शब्द करत त्यावरून स्वतःची आणि इतरांची डोकेफोड करत असतो / अशांती निर्माण करत असतो / ताणतणाव निर्माण करत असतो.

समोरच्याचे बोलणे संपल्यानंतर आपण जर काही क्षण थांबलो, तर अंडरस्टॅण्डिंग बिहाइंड द वर्ड्स ही प्रोसेस मनात सुरु होते आणि आपल्याला समोरच्याच्या बोलण्यामागचा अर्थ लक्षात यायला लागतो. आणि चारशे शब्दांची देवाण एका शब्दावर येते, आणि तो शब्द म्हणजे सॉरी किंवा थँक्स. "जसे दिसते तसे नसते" हे माहित असूनही आपण नेहेमीच दिसते तेच बघत असतो.

"रिडींग बीहाइंड द लाइन्स" हे टेक्निक वापरून आपली वैचारिक पातळी नक्कीच वर जाऊ शकते, आपण आनंदी राहू शकतो आणि आपण आनंद पसरवू पण शकतो.

LOOK BETWEEN THE LINES.
READ BETWEEN THE WORDS.
BUT SITUATION BASED NEEDFUL
CHANGES ARE EQUALLY IMPORTANT
& LEFT TO YOU TO DECIDE.

एक छान विचार - वयाने मोठं होणे ही एक निसर्गाची रचना आहे. त्याकरता आपल्याला काही मेहनत किंवा कर्तुत्व लागत नाही. पण मनाने मोठे होणं ही मात्र एक तपश्चर्या आहे. आणि हेच खऱ्या अर्थाने पुण्यकर्म आहे.

मी आणि चुरमूरे

माझा रोजचा कार्यक्रम म्हणजे सकाळी सात वाजता चहा घेत घेत पेपरच वाचन सुरू करायचं. नऊ वाजता बायको गरमागरम चविष्ट ब्रेकफास्ट समोर सादर करते तेव्हाच पेपर बाजूला करायचा.

आज असाच पेपर वाचत होतो आणि नऊ वाजता बायकोने डिशमध्ये चुरमुरे माझ्यापुढे केले. मी विचारलं की ही स्टार्टर डिश आहे का ?

बायको : आजपासून हीच मेन कोर्स ची डिश राहणार आहे. काल फेसबुक वर एक डाएटीशीयनची ऑनलाइन कन्सल्टेशनची

जाहिरात होती. फक्त पाचशे रुपये चार्ज होता. त्यांना मी फोन करून विचारलं - जो माणूस दिवसभर पेपर मध्ये आणि मोबाईल मध्ये असतो, फिरणे शून्य, व्यायाम शून्य, त्याचे डायट काय असावं उत्तम तब्येती करता. डायेटीशियन यांनी दिवसभराच्या खाण्यापिण्याबद्दल काही प्रश्न विचारले, वजन किती आहे, वगैरे असे जुजबी प्रश्न विचारले. आणि ते म्हणाले - सकाळचे आणि रात्रीचे जेवण आहे तसेच सुरू ठेवा. सकाळचा ब्रेकफास्ट आणि संध्याकाळचे खाणे यामध्ये फक्त साधे चुरमुरेच देत जा. जेवढे खातील तेवढे चुरमुरे खाऊ द्या काही प्रॉब्लेम नाही. बाकी आहे तो रुटीन सुरू ठेवा. त्यांची तब्येत एकदम मस्त राहील. काहीही वाटलं तर फोन करा. पुढचं एक कन्सल्टेशन फ्री असणार आहे.

घरात बायकोने ठरवलं म्हणजे काळ्या दगडावरची रेघ. आता ही रेघ कशी पुसावी हाच प्रश्न माझ्यापुढे आहे . . . . .

<u>काही दिवसांनंतर</u> - - -

नवीन शेड्युल प्रमाणे आज पण माझे सकाळचे पेपर वाचन आणि चुरमुऱ्याचा नाश्ता हे सुरू होते. तेव्हाच एक अननोन नंबर वरून फोन आला -

मी छाया बोलतेय.

(छाया या नावाची माझी एक मैत्रीण आहे. म्हणून मी एकदम म्हणणार होतो - हं, बोल छाया, काय म्हणतेय, आज एकदम आठवण कशी काय, आज व्हॅलेंटाईन डे आहे असं चुकून वाटलं की काय ! वगैरे वगैरे, आणि नंतर लक्षात आलं, की हा आवाज जरा वेगळा वाटतोय म्हणजे छाया दुसरी दिसतेय)

मी : नमस्कार, बोला काय म्हणताय

छाया : तुमचं पोट कसं आहे ? पोट फुगणे किंवा दुखणं असं काही त्रास नाही ना

(मला काही लिंक लागेना, या मॅडम एकदम माझ्या पोटावर का आल्या हे समजेना)

मी : माझं पोट छानच आहे. तुमचा चुकून राँग नंबर लागलेला नाही ना. म्हणजे कुणाला पोटाचा त्रास आहे आणि तुम्हाला त्यांची चौकशी करायची आहे

छाया : सॉरी सॉरी, माझं नेहमी असंच होतं. आधी थोडी बॅकग्राऊंड सांगून मग पुढचं बोलायचं हे मी नेहमी विसरते आणि एकदम पुढचं बोलायला लागते. सवय जात नाही असे म्हणतात ना, तोच प्रकार आहे. सॉरी, फोन करण्याच्या मागची थोडी बॅकग्राऊंड सांगते - मध्यंतरी मी फेसबुक वर तुम्ही लिहिलेलं वाचलं होतं, की, आधी तुम्ही दिवसभर पेपर वाचन / मोबाईल यामध्ये बुडलेले असायचे आणि त्यामुळे शरीराला काहीच हालचाल नसायची. तुमच्या मिसेस ने ऑनलाइन माहिती काढली होती की जर माणसाची दिवसभर काहीही हालचाल होत नसेल तर त्याने चुरमुरे खावे म्हणजे तब्येत उत्तम राहते. आणि त्याप्रमाणे तुमचे रोज सकाळ संध्याकाळ चुरमुरे खाणे सुरू आहे. आणि म्हणूनच मला विचारायचं होतं की रोज चुरमुरे खाल्ल्यामुळे पोटाला काही त्रास तर होत नाही ना !

मी : तुम्ही वाचलेलं अगदी बरोबर आहे. मी रोजच आता सकाळ संध्याकाळ फक्त चुरमुरे खातो. चुरमुरे खाऊन माझी तब्येत उत्तम आहे. पोट उत्तम आहे.

(मी मनामध्ये - चुरमुरे खातोय कारण माझ्यापुढे दुसरा काहीच ऑप्शन नाही. बायको दुसरं काहीच खायला देत नाही)

छाया : वा, छानच. आता माझ्या मूळ मुद्द्याकडे येते. माझे मिस्टर पण रिटायर्ड झाल्यापासून दिवसभर पेपर, टीव्ही आणि मोबाईल यामध्ये गटांगळ्या खात असतात. दिवसभर शरीराला काहीही हालचाल नसते. त्यांना पण तुमच्या सारखाच चुरमुरे आहार सुरू करावा असा विचार मनात आला. विचार केला - एकदा तुमच्याशी प्रत्यक्ष बोलावं आणि मगच सुरू करावं. आता बोलणे झालेच आहे, आता शुभस्य शीघ्रम, म्हणजे उद्यापासून मिस्टरांना चुरमुरे डाएट सुरु करते.

123

अधून मधून फोन केला तर चालेल ना. फेसबुक वरचे तुमचे लेख आणि गाणी छानच असतात. चुरमुऱ्यांमुळे आपली ओळख झाली हे पण छानच झाले.

मी : अवश्य फोन करा. मला आवडेल

इथेच संवाद संपला. यापुढे छायाचे अधून मधून फोन येतीलच आणि अशाच प्रकारचे बऱ्याच बायकांचे पण नवऱ्या करता चुरमुऱ्यांच्या नाश्त्याबद्दल फोन येतील अशी आशा आहे. चला त्यामुळे भरपूर नवीन नवीन ओळखी होतील, आणि गप्पा टप्पांचा स्कोप वाढेल. That is the Life !

म्हणता म्हणता दिवाळी आली -

दिवाळी म्हटलं की सदिच्छांची देवाण - घेवाण भरपूर प्रमाणात सुरू असते. असांच मला माझ्या एका मित्राचा फोन आला, त्यानी शुभेच्छा दिल्या आणि म्हणाला दिवाळीच्या निमित्ताने तुला यापुढे रोजच सगळे मनासारखे खायला प्यायला मिळो. डोळ्यासमोर लगेच माझा रोजचा सकाळचा आणि संध्याकाळचा चुरमुऱ्यांचा नाश्ता दिसला आणि मनात विचार आला, या शुभेच्छां प्रमाणे खरोखरच आजपासून रोजच मनासारखेच खायला प्यायला मिळाले तर काय मजा येईल ! आणि झालं तसंच -

दुसऱ्या दिवशी म्हणजे पाडव्याच्या दिवशी साधारण ९॥ ची वेळ होती, जुनी वर्तमानपत्रे चाळत बसलो होतो, फेसबुक / व्हाट्सअप पण सुरू होते. चुरमुऱ्यांचं ताट कधी पुढे येतय याची वाट बघत होतो कारण भूक पण लागली होती. तेवढ्यात गरमागरम कांदापोहे आणि शंकरपाळे अशी डीश बायकोने माझ्यासमोर प्रेमाने हजर केली. मी स्वतःला चिमटा काढून शुद्धीवर असल्याची खात्री केली.

मी : अरे चुरमुरे संपलेत का काय ?

बायको : अहो, चुरमुरे भरपूर आहेत. आधी आता नाश्ता करा आणि मग हा बदल कशामुळे ते कारण सांगते.

माझा मस्तपैकी मनसोक्त नाश्ता झाला, चहा झाला.

मी : हा बदल आजच्या पुरताच म्हणजे पाडवा आहे म्हणून आहे !

का रोजच राहणार आहे ?
बायको : आता रोजच राहणार आहे. कारण सांगते - अहो, काल फेसबुक चाळता चाळता, एक पोस्ट जरा वेगळी वाटली - वरती अगदी तुमच्यासारखाच एकाचा चुरमुरे खातानाचा फोटो होता, आणि खाली लिहिलं होतं - रोज चुरमुरे खात असाल तर वेळीच सावध व्हा. काय धोके आहेत ते जाणून घ्या. आणि मगच चुरमुरे खा.

अस‌ं वाचलं की आपण साहजिकच क्लिक करून ओपन करतो आणि वाचायला लागतो. मी पुढे वाचायला सुरुवात केली -

चुरमुरे हा अतिशय सुंदर आणि वेगळीच चव असणारा पदार्थ आहे. भेळ हा सगळ्यांचा आवडता पदार्थ. आणि भेळ चुरमुरे यांच्याशिवाय पूर्ण होऊच शकत नाही. चुरमुरे पचायला अतिशय हलके असतात, त्यामध्ये निरनिराळी जीवनसत्वे आहेत. पण तुम्ही जर रोजच सकाळ संध्याकाळ फक्त चुरमुरे खात असाल तर मात्र वेळीच सावध व्हा. २५ - ३० वर्षांनंतर तुम्हाला तुमच्या पोटाच्या तक्रारी सुरू होऊ शकतात, पोटात गॅसेसची पण तक्रार सुरू होऊ शकते. म्हणून हा सावधानतेचा इशारा देत आहे.
मी : वा, पोस्ट टाकणाऱ्याने बराच अभ्यास करून लिहीलेले दिसते.
बायको : हो मला पण तसंच वाटलं. म्हणूनच आजपासून तुमचा चुरमुऱ्यांचा सकाळ संध्याकाळचा नाश्ता बंद करणार आहे. आणि पूर्वीचे पदार्थ सुरू करू. उरलेल्या चुरमुऱ्यांची भेळ वगैरे करता येईल.

मी बायकोला सॅल्यूट करून तिला थँक्स म्हणालो. पोस्टमधे लिहिल्याप्रमाणे पोटाचा त्रास २५ - ३० वर्षांनंतर होणार, म्हणजे माझ्या बाबतीत माझ्या सध्याच्या वयामध्ये म्हणजे ७५ मधे २५ - ३० वर्षे ॲड करून आणखीन काही वेगळा विचार केला नाही म्हणून तिला पुन्हा मनामध्ये धन्यवाद दिले. तिला पाडव्याला काय गिफ्ट आवडेल ते विचारले.

नंतर मी काल फोनवर शुभेच्छा देणाऱ्या मित्राचे मनामध्ये आभार मानले. (कुणाच्याही शुभेच्छा इतक्या लवकर फलद्रूप होतात हा माझा पहिलाच अनुभव आहे). नंतर शुभेच्छा फोन मुळे मिळू शकल्या म्हणून टेलिफोनचा शोध लावणाऱ्या ग्राहम बेल यांचे आभार मानले. नंतर

फेसबुक मध्ये पोस्ट टाकणाऱ्यांचे आभार मानले, नंतर फेसबुक सुरू करणाऱ्या मार्क झुकरबर्ग यांचे आभार मानले, नंतर इंटरनेटचे आभार मानले, आणि अशी पुढे लिंक जेवढी लागत जाईल तितक्यांचे आभार मानले आणि शेवटी हे सर्व उभे करणाऱ्या देवाचे आभार मानले.

आता संध्याकाळी बायकोकडून नवीन काय नाश्ता मिळतोय त्याच्या मी प्रतीक्षेत आहे !

रविवारचा शेड्यूल - आज रविवार, म्हणजे पूर्ण आराम. टीव्ही, वर्तमानपत्र, ही रोजचीच असतात. आज त्यांना पूर्ण आराम करू द्या.

आज घरच्यांशी भरपूर गप्पा मारा, आवडीचं अवांतर वाचन करा, आवडीची गाणी ऐका / म्हणा. काहीतरी आपल्याला आवडेल ते करा.

व्हाट्सअप / फेसबुक हे तर रोजचंच असतं. आज जरा यांना पण आराम करू द्या. नातेवाईक, मित्र-मैत्रिणी, यांना आज फोन लावा. *मला लावला तरी हरकत नाही.* नव्या-जुन्या मनसोक्त गप्पा मारा. कुणाच्या घरी जा, कुणाला आपल्या घरी बोलवा, आज बाहेरून सगळ्यांकरता काहीतरी मस्त डिश मागवा. आज जेवणाचा वेगळा आनंद घ्या. उद्देश एकच, रविवार एन्जॉय करणे.

Monday/ Tuesday/ Wednesday/........ तो आतेही रहेंगे, और जाते भी रहेंगे। हमे तो मतलब सिर्फ Sunday से रखना है।

खुश है जमाना आज संडे है ॥

जागतिक कन्या दिवस

सप्टेंबर महिन्याचा चौथा रविवार जगभर international daughter's day / जागतिक कन्या दिवस म्हणून साजरा होतो.

माझ्या मनात सहज विचार आला की असा दिवस साजरा करण्याचे कारण काय असावं ! आणि याची सुरुवात कशी झाली असावी !

यावर विचार करता करता यावरच्या कारणाचा मला उलगडा झाला तो असा --

चांगल्या गोष्टींचा संदर्भ आपल्याला नेहमी कुठल्यातरी पुराण कथेत घेऊन जातो. पूर्वी राजे मंडळी / श्रीमंत मंडळी आपली गादी / वारसा पुढे चालवण्याकरता देवाला मुलगा देण्याची प्रार्थना करायचे. आणि इतर लोक पण आपल्याला कामकाजात मदत करण्याकरता / अर्थार्जन करण्याकरता मुलगा होवो, अशीच देवाला प्रार्थना करत. सगळे आजी आजोबा पण मुलाला, सुनेला आशीर्वाद देताना पुत्रं भवतू असाच आशीर्वाद देत. अशी सगळी मंडळी नेहमी याकरता शंकराचीच प्रार्थना करत. कारण शंकर

127

भगवान लगेच प्रसन्न होतात हे सगळ्यांना माहित असायचं. आणि शंकर भगवान तथास्तु म्हणून आशीर्वाद देत. आणि त्यामुळे सगळ्यांनाच मुलं व्हायला लागली. मुलींची संख्या हळूहळू कमी व्हायला लागली आणि बहुतेक घरात मुलंच दिसायला लागली.

हे चित्र बघून सृष्टीचे निर्माते ब्रह्मदेव चिंतीत झाले. कारण सृष्टी मधल्या सगळ्या मुली संपल्या तर पुढे मुलं मुली होणार कसे ! आणि पुढे सगळेच ठप्प होणार. यावर काहीतरी उपाय काढावा याकरता ब्रह्मदेव श्री विष्णू यांच्याकडे गेले. त्यांची प्रार्थना केली आणि त्यांना हा सगळा प्रकार सांगितला. आणि यावर आपणच काहीतरी उपाय शोधावा अशी प्रार्थना केली.

सृष्टीचे चालक श्री विष्णू यांनी लगेच उपाय काढला आणि तो अमलात आणला.

एका विचारवंताच्या डोक्यात त्यांनी 'पहिली बेटी धन की पेटी' ही कल्पना उतरवली. आणि आता याचा प्रत्यय बऱ्याच जणांना येतोय अशा उदाहरणांची जाहिरात बाजी सुरू केली. त्यामुळे बऱ्याच लोकांनी आपला विचार बदलून पहिली मुलगी पाहिजे अशीच प्रार्थना शंकराला करायला सुरुवात केली. आणि शंकर देवाच्या आशीर्वादाने अशी प्रार्थना करणाऱ्यांना मुलीचे वरदान मिळायला सुरुवात झाली.

विष्णू देवतेने काही विचारवंतांच्या डोक्यात मुलगी ही म्हातारपणची काठी, अशी कल्पना रुजवली. आणि बऱ्याच वयस्कर मंडळींची म्हातारपणी मनापासून सेवा करणारी मुलगीच असते अशी उदाहरणे समाजामध्ये लोकांच्या समोर येतील अशी व्यवस्था केली. त्यामुळे नवीन लग्न झालेल्यांच्या शंकराकडे मुलगीच पाहिजे अशा प्रार्थना सुरू झाल्या.

पूर्वी मुलींना शिक्षण देणे, नोकरी करू देणे, हा प्रकार जवळ जवळ नव्हता. त्यामुळे पण मुलींना दुय्यम स्थान असायचे आणि सगळ्यांची पहिला मुलगाच पाहिजे / दुसरा पण मुलगाच पाहिजे, अशी इच्छा असायची. यावर पण विष्णू देवतेने एक

उपाय काढला. आणि मुलींना शिक्षण द्या अशी कल्पना बऱ्याच जणांच्या मनात रूजवली. आणि तशा प्रकारची सगळीकडे बॅकग्राऊंड पण तयार केली. लोकांनी मुलींना शाळा कॉलेजमध्ये पाठवायला सुरुवात केली. मुली मुलांच्या बरोबरीने शिक्षण घ्यायला लागल्या. डॉक्टर, इंजिनिअर, शिक्षण क्षेत्र, सरकारी ऑफिसेस मध्ये मोठ्या पदांवर आणि राजकारणात पण स्त्रिया वरपर्यंत पोहोचल्या. मुलींची ही अशी प्रगती बघून, सगळेच नव वर -वधू आम्हाला पहिली मुलगी दे अशी प्रार्थना शंकराकडे करायला लागले. शंकर देवाच्या तथास्तु मुळे मुलींची संख्या वाढायला लागली.

अशा रीतीने आपल्याला मुलगी आहे याचा अभिमान सगळ्यांनाच वाटायला सुरुवात झाली.

आता एका कल्पक परदेशी माणसाच्या डोक्यात विष्णू देवतेने मुलींचे कौतुक करण्याकरता वर्षामध्ये एखादा दिवस ठरव असा विचार पेरला. तो महिना होता सप्टेंबर.

त्या कल्पक माणसाने दरवर्षी सप्टेंबर महिन्यातला चौथा रविवार हा सगळ्यांनी आपल्या मुलींचे कौतुक करण्याकरता आणि इतरांच्या मुलींचे कौतुक करण्याकरता **international daughter's day** म्हणून पाळावा याकरता योग्य ठिकाणी पाठपुरावा केला आणि त्यात त्याला यश मिळाले.

तेव्हापासून सगळेजण सप्टेंबर महिन्याच्या शेवटचा रविवार मुलींचे कौतुक करण्याकरता जागतिक कन्या दिवस म्हणून जगभर साजरा करतात आणि शुभेच्छांची देवाणघेवाण करतात.

चला तर मग या दिवशी ब्रह्मदेवता, विष्णु देवता आणि शंकर देवता यांना नमस्कार करूया. या घडामोडींमधल्या सर्व कल्पक व्यक्तींना वंदन करूया या. आणि सर्वच मुलींना शुभेच्छा देऊया . . . . .

* * * * * * * * * * *

~ ~ ~ ~ ~ ~ ~ ~ ~ ~ ~

Age matters…..

Age matters या म्हणण्याला कुणीच दुजोरा देणार नाही. सगळेच म्हणतील, Age does not matter. माणसाचं मन तरुण असेल तर वयाकडे बघू नका, माणसाचं हृदय तरुण असेल तर वयाचा विचार करू नका, असेच जाणकार आणि ज्ञानी सांगतात. आपले वय म्हणजे जन्मानंतरच्या दिवसांची साधी आकडेमोड, एवढाच वयाचा संबंध असतो, हा पण वाक्प्रचार आहेच. प्रेमामध्ये तर वयासकट, उंची, जाडी, वजन, रुपरंग, शिक्षण, व्यवसाय, हे सगळेच does not matter म्हणजे गौण असते, हे आपण प्रेमविवाहांमध्ये बघतोच.

बँकेमध्ये जास्त व्याजदर मिळणे, प्रवासामध्ये तिकिटाच्या दरामध्ये कन्सेशन मिळणे, कुठे मोठ्या रांगा असतील - तर अशा ठिकाणी वेगळी रांग करण्याची मुभा असणे, वगैरे, अशा ठिकाणी मात्र Age matters हे नक्की.

Age matters या विषयामुळे माझ्या काही जुन्या आठवणींना उजाळा मिळाला आणि माझे मत तर नक्की हेच आहे की, Age does matter ...

४० वर्षांपूर्वीची घटना असेल. तेव्हा माझ्याकडे लॅम्ब्रेटा कंपनीची स्कुटर होती. तेव्हा व्हेस्पा आणि लॅम्ब्रेटा अशा दोनच स्कुटर मार्केट मधे होत्या. दोन्ही गाड्यांना बुकिंग केल्यानंतर काही वर्षांनी गाडी मिळायची, म्हणजे मोठा वेटिंग पिरियड असायचा. बरेच जण ऑन मनी घेऊन गाडी विकायचे आणि त्यामुळे लगीच गाडी मिळायची. टेल्को कंपनीत चांगली नोकरी मिळाली होती, त्यामुळे ऑन देऊन गाडी घेणे शक्य होते. व्हेस्पा करता १००० च्या आसपास ऑन होता आणि लॅम्ब्रेटा ला ५०० ऑन होता. पैसे वाचवण्याची आधीपासूनच सवय असल्यामुळे अर्थातच मी लॅम्ब्रेटा गाडी निवडली. व्हेस्पा च्या तुलनेत लॅम्ब्रेटा गाडी वजनाला खूपच जड होती. स्टॅन्ड ला गाडी लावणे आणि स्टँडवरून गाडी काढणे, हे ताकदीचेच काम होते. तेव्हा साईड स्टॅन्ड हा प्रकार नव्हता. पण त्या वयात गाडीच्या वजनाचे काहीच वाटत नव्हते. आता आजमितीला जर मला गाडी घ्यायची असेल, आणि याच दोन गाड्यांचाच ऑप्शन असेल, तर मी वजनाला हलकी आणि स्टँडला लावायला सोपी म्हणून मी नक्कीच व्हेस्पा घेईन, भलेही ऑन मनी जास्त असो, कारण Age matters ....

तेव्हांचीच अजून एक घटना आहे. आम्ही सदाशिव पेठेत राहत होतो. एके दिवशी घरी आलेल्या पाहुण्यांना रेल्वे स्टेशन वर सोडायला रात्री मी लॅम्ब्रेटा वर त्यांना घेऊन गेलो. पाहुण्यांना प्लॅटफॉर्म वर सोडून बाय केले आणि गाडीकडे आलो. तेव्हा बटन स्टार्ट हा प्रकार नव्हता. किका माराव्या लागायच्या. पण ती सवय झाली होती आणि त्याचे काही वाटायचे पण नाही. त्यादिवशी गाडीला बऱ्याच किक मारून झाल्या, पण गाडी काही स्टार्ट होईना. रात्रीचे १० वाजले असतील. आता ऑप्शन म्हणजे गाडी स्टेशन वर ठेवायची आणि दुसऱ्या दिवशी सकाळी बस नी जाऊन जवळपासचा मेकॅनिक शोधायचा आणि गाडी दुरुस्त करून घ्यायची. गाडी तिथे रात्रभर ठेवणे रिस्की होते आणि दुसऱ्या दिवशी ऑफिस पण

होते. विचार केला गाडी ढकलत घरापर्यंत न्यावी म्हणजे रिस्क पण नको आणि दुसऱ्या दिवशी पुन्हा स्टेशनवर जा, हे पण नको. अंतर साधारण ९ किमी असेल. विचार मनात आला आणि गाडी स्टॅन्ड वरून काढली आणि ९ किमी ढकलत गाडी घरापर्यंत आणली. आता असा प्रसंग जर पुन्हा आला, तर गाडी ढकलत नेणे, हे तर लांबच राहिले, पण गाडी ९ किमी ढकलत नेणे अशी कल्पना करणे पण अशक्य आहे, कारण Age matters....

आता हि घटना भोपाळ ला कॉलेज मध्ये हॉस्टेल वर रहात असतानाची आहे. दर रविवारी हॉस्टेल च्या मेस मध्ये दुपारी फीस्ट असायची व रात्री जेवण नसायचे. फीस्ट मध्ये लिमिटेड गोड पदार्थ असायचा. जास्त घेतले तर वेगळे पैसे लागायचे. एका रविवारी फीस्ट मध्ये गरमागरम गुलाबजाम होते. गप्पा मारत जेवता जेवता, कोण जास्त गुलाबजाम खातो अशी शर्यत ठरली. मी ६५ गुलाबजाम खाल्ले आणि शर्यत जिंकलो. अजूनही ती आठवण झाली, कि स्वतःवर विश्वास बसत नाही. आता इतके गुलाबजाम खाण्याची नक्कीच हिम्मत नाही आणि खाण्याची शर्यत लावण्याची पण हिम्मत नाही. कारण सरळ आहे - Age matters ....

एका टूर मध्ये जंगलामधे वाघाच्या मानेवर हात ठेवून आणि त्याच्या शेजारी बसून फोटो काढला, हि घटना आहे राजस्थान मधल्या रणथंबोर इथली. आम्ही ट्रीपला राजस्थान मध्ये गेलो होतो. ट्रीपमध्ये रणथंबोर ला फेरफटका हा मेनू होताच. तिथे सफारी ची छान व्यवस्था आहे. आत भरपूर फिरवतात. टुरिस्टना वाघ दिसावा याकरता भरपूर प्रयत्न पण करतात. काही जणांचा नशिबावर विश्वास असतो, काहींचा नसतो. पण सफारी करता आपल्या ग्रुपला त्या दिवशी ज्या झोन मध्ये फिरवतात, त्या झोनमध्ये त्या वेळात वाघ दिसणे, हा नशिबाचाच भाग आहे हे नक्की, ज्याला प्यूवर लक असे म्हणता येईल. ज्यांना वाघ दिसतात, त्यांचा वाघ दिसला म्हणून नशिबावर विश्वास बसतो, आणि ज्यांना वाघ दिसत नाही,

त्यांचा पण इतर ग्रुपना वाघ दिसला आणि आपल्याला दिसला नाही म्हणून नशिबावर विश्वास बसतो.

आम्ही आत बरेच फिरलो, बरेच प्राणी बघायला मिळाले. आमच्या ग्रुप मध्ये कुणीतरी नशिबवाला असणार, त्यामुळे वाघ पण बघायला मिळाले. सफारीमध्येच वाघाबरोबर फोटो काढणे, हा पण तिथे For Free असा ऑप्शन होता. कुणीच वाघाजवळ बसून फोटोकरता तयार नव्हते. "जिथे कुणी नाही - तिथे आपण" हा विचार करून मी फोटो काढला. मजा आली. वाघाला मजा आली का नाही, हे समजायला मार्ग नव्हता. लगीच फोटोची प्रिंट पण मिळाली. आता पुन्हा रणथंबोरला गेलो आणि वाघाच्या मानेवर हात ठेऊन, त्याच्या शेजारी बसून पुन्हा फोटो काढणार का ? For Free, असे कुणी मला विचारले, तर माझे उत्तर अर्थातच "नाही", असेच असणार. कारण - Age matters .....

आता प्रत्येक नियमांना अपवाद हे असतातच. नव्वदी पार केलेली मंडळी पायी नर्मदा परिक्रमा करतांना आपण बघतो. गिर्यारोहण करणारे वयस्कर पण आपल्या माहितीत असतातच. मॅरेथॉन पळणारे स्त्री -पुरुष, शंभर सूर्यनमस्कार आणि दंडबैठका करणारे वयस्कर यांच्याविषयी पण आपण पेपर मध्ये वाचतो / टीव्ही वर बघतो.

अमुक अमुक मॅरेथॉन पळतो - मग मी का नाही ? अमुक अमुक अर्धातास वेगानी कपालभाती प्राणायाम करतो - मग मी का नाही ? अमुक अमुक रोज १५ किमी चालतो - मग मी का नाही ? असा विचार करून तसे करणारे काही जण असतात आणि मग त्रास अंगाशी आल्यामुळे, त्यांना आधी जे काही थोडेफार करता येत होते, ते पण बंद करावे लागते, यांच्याविषयी पण आपण पेपरमध्ये वाचतोच. कारण उघड आहे - त्यांच्या हे लक्षात आलेलं नसतं, कि - Age matters

आपण जर रोज स्वतःला आरशामध्ये बघितलं, तर सहज कळू शकतं, कि मला काय झेपू शकेल आणि काय नाही. एकदा का ही समज आली, कि आपल्याला सहज समजू शकते, कि कुठल्या क्षेत्रामध्ये मी धडाडी घेऊ शकतो आणि कुठल्या क्षेत्रांमध्ये मला Age matters हे लक्षात ठेवायलाच पाहिजे.

पण सरसकट विचार केला, तर एका विशिष्ठ वयानंतर सगळ्यांनाच चौफेर आनंदी राहायचे असते, सगळ्याच गोष्टींचा आस्वाद घ्यायचा असतो, अशांनी सुवर्ण मध्य गाठत थोडं अंतर रोज जरूर पळावं, थोडे म्हणजे पाच - सात - दहा सूर्यनमस्कार रोज जरूर घालावेत, थोडावेळ प्राणायाम जरूर करावा, वगैरे वगैरे, आणि कशाचाही अतिरेक टाळावा, कारण **Age matters ...**

चेंज - बदल

सगळ्याच बाबतीत सगळ्यांना बदल हा पाहिजेच असतो. आणि हे अगदी स्वाभाविक आहे. आणि या बदलांच्या यादीमधून आपल्या घरच्या सुंदर जेवणाची पण सुटका नसते.

१५ - २० दिवस झाले, कि, बहुतेकांच्या घरातून विचार ऐकू येतात - कि, चला चेंज म्हणून आज जेवायला हॉटेल मध्ये जाऊया. आणि लगेच घरच्या सगळ्यांकडून उत्साहानी होकार येतो. कारण सगळ्यांना काहीतरी चेंज पाहिजे असतो.

आपल्या जिभेला हा चेंज नक्कीच आवडणार असतो. आपल्या पोटाला पण हे आवडेल का ? ह्याचा विचार कुणीच करतांना दिसत नाही.

पोट आपल्याला सांगत असतं, कि अरे, चेंज पाहिजे हे वाटणं अगदी साहजिक आहे. पण अशा वेळेस घरच्या जेवणाला चेंज म्हणून हॉटेल मधे जेवायला न जाता, आज छान पैकी लंघन कर. चेंज पण होईल आणि तब्येत पण खुश होईल. तब्येत उत्तम राहण्याकरता मधून मधून लंघन करावे, असे सगळेच आहारतज्ञ पण सांगत असतात. पण आपल्याला पोटाचं आणि मनाचं हे बोलणं ऐकूच येत नाही.

आणि परिणाम काय होतो -

आपण चेंज म्हणून बाहेर हॉटेल मधे जेवायला जातो.

आणि यामुळे खुश कोण होतं, तर - हॉटेलचे मालक, जीभ आणि पोट बिघडल्यावर लागणारी औषधं ....

बँक आपली किती काळजी करते ते बघा

Your Wellness is our Wellness

सगळ्यांनाच आणि जास्तीकरून सिनियर सिटिझन्स ना असं वाटतं असतं कि, आपली काळजी घेणारं कोणीच नाही. कट्ट्यावर बहुतेक ठिकाणी गप्पांचा हा एक विषय असतोच असतो.

या उलट, आपली काळजी घेणारे अगदी लांबचे पण आहेत हा माझा अनुभव वाचून सगळे जण आपला विचार बदलतील, हे नक्की.

ऑनलाईन बँकिंग / डेबिट आणि क्रेडिट कार्ड, हा आपला प्रांत नाही अशा समजुतीखाली मी त्या भानगडीत कधीच पडलो नव्हतो. आता हे शिकून घ्या म्हणून दोन्ही मुली सारख्या मागे लागायच्या. विचार केला बँकेचं डेबिट कार्ड नावापुरतं घेऊन ठेवावं, म्हणजे मुलींचा पाठपुरावा तरी थांबेल. बँकेत जाऊन फॉर्म भरला आणि कार्ड स्पीड पोस्टनी घरी आलं. बायकोशी बोलून पिन नंबर ठरवला आणि कार्ड कपाटात ठेवलं.

साधारण एक आठवड्यानंतरची घटना –

135

संध्याकाळी बायको नेहेमीप्रमाणे फिरायला बाहेर पडली. त्यामुळे मी खुशीत होतो आणि संध्याकाळचे मेडिटेशन करत होतो. बाजूलाच मोबाईल होता. मोबाईलवर ट्रिंग ट्रिंग आवाज आला. बँकेचा मॅसेज होता -

Bank alert : Your S B a/c no *** **** **70 is debited for Rs 470 on dt ** ** **** at 18.27.15 hrs by debit card. If it is you, pl neglect this message. But If it is not you, immediately contact us on 1800 ** ****.

मी विचार केला - मी घरीच आहे आणि कार्ड कपाटात आहे. म्हणजे हा मेसेज चुकून मला आला असणार. हे बँकेला कळवावं म्हणून मी मॅसेज मध्ये दिलेल्या नंबरवर फोन लावला. फोन सारखा एंगेज येत होता. शेवटी मी कंटाळलो आणि नंतर गडबडीत त्या मॅसेज बद्दल विसरलो. दुसऱ्या दिवशी संध्याकाळची वेळ आणि कालचीच सिच्युएशन. मोबाईलवर ट्रिंग ट्रिंग आवाज आला. बँकेचा मॅसेज होता -

मॅसेज कालच्यासारखाच पण अमाउंट आज ५४० होता. मी पुन्हा विचार केला - मी घरीच आहे आणि कार्ड कपाटात आहे. मी मॅसेज मध्ये दिलेल्या नंबरवर फोन लावला. बऱ्याच वेळा फोन केल्यानंतर चक्क फोन लागला.

मी : नमस्कार, मला असा असा - - - - मॅसेज आहे. मी घरीच आहे आणि कार्ड कपाटात आहे.

तिकडून : कार्ड वापरलं असणार. त्याशिवाय आमचा मॅसेज येणार नाही. तुमच्या घरी कोण कोण असतं ?

मी (मनात) : घरची माहिती यांना द्यायलाच पाहिजे का ! पण आपणच कम्प्लेंट करत आहोत म्हणजे विचारलेल्या प्रश्नांना उत्तर द्यायलाच पाहिजे.

मी : घरी मी आणि बायको दोघे असतो

तिकडून : मला तुमच्या मिसेस शी बोलता येईल का

मी : नाही, त्या मगाशीच बाहेर गेल्या आहेत

तिकडून : काल तुम्हाला मॅसेज आला तेव्हा मिसेस घरी होत्या का

मी : नाही, त्या रोज संध्याकाळी बाहेर जातात फिरायला.

तिकडून : ठीक आहे. काळजी करू नका. तुमचे पैसे कुठेही गेलेले नाहीत. आम्ही चौकशी करून तुम्हाला कळवतो.

माझा व्यायाम झाल्यानंतर मी बाहेर पडलो आणि आल्यानंतर गडबडीत बायकोशी बँकेशी झालेल्या बोलण्याबद्दल सांगायला विसरलो.

पुढचा दिवस –

संध्याकाळची तीच काल परवाची सिच्युएशन - बायको बाहेर गेली होती, मी खुश होतो, घरीच प्राणायाम करत होतो आणि बँकेचा मेसेज -

आज मेसेज थोडा मोठा होता. आणि फरक असा होता –

If it is you, pl neglect this message. If it is not you, pl check with your wife, and if it is not she also, then immediately contact us on 1800 ** **** .

विचार केला मॅसेज प्रमाणे बायकोला आल्यावर विचारावे आणि मग बँकेला फोन करावा कि, I checked with my wife and it is not she also. कारण कार्ड कपाटात आहे आणि मी घरीच आहे.

थोड्याच वेळात बायको आली.

मी : good evening madam. तू कपाटामधलं डेबिट कार्ड रोज बरोबर नेतेस का आणि ते रोज वापरते का ?

बायको : समजा नेलं तर तुम्हाला काही प्रॉब्लेम ! मी आता रोजच कार्ड वापरणार आहे. तुमचं कार्ड द्यायचं नसेल तर मी दुसरं कार्ड काढून घेते मुलीकडून

(बायका नवऱ्यानी काही साधं जरी विचारलं तरी त्याचा नेहेमीच उलटा अर्थ काढतात.

माझा साधा प्रश्न होता की तू रोज कार्ड नेतेस का ? आणि वापरते का ? यावर बायको साधं उत्तर देऊ शकली असती - रोज बाहेरून येताना काहीतरी सामान आणायचं असतं. त्याकरता कॅश देण्यापेक्षा कार्ड वापरणे सोपे जाते. म्हणून मी कार्ड नेते. ते तुम्हाला सांगायचं विसरले.

पण बायकोनी माझ्या विचारण्याचा असा अर्थ काढला असणार - तू रोज कार्ड का नेतेस ? तू रोज कार्ड का वापरतेस ?

आपल्या काहीही बोलण्याचा / विचारण्याचा बायको नेहमीच वेगळा अर्थ काढणारच हे आपण धरून चालायचं असतं)

मी : प्रॉब्लेम काहीच नाही, बँकेचा रोज कार्ड वापल्याबद्दल मॅसेज येतोय आणि मी तर घरी असतो

मी मनात विचार केला - कार्डाचा वापर घरातच झाला आहे, हे नक्की. बायकोशी जास्त चर्चा करण्यात पॉईंट नाही. आणि मी विषय बदलला. आणि त्यानंतर बँकेचे रोज अलर्ट चे मॅसेज यायचे. मी फक्त अमाउंट बघायचो आणि डिलीट करायचो.

१५ दिवसांनंतर आम्ही मुलीकडे दोन आठवडे राहायला गेलो. बँकेचे अलर्ट येणे बंद झाले. कारण बायको घरीच असायची. ६ दिवसांनंतर बँकेचा अलर्ट मॅसेज - this alert is for not using the debit card for last consecutive 6 days. We have very few customers who use our debit card daily, and your wife is one in that list. Hence we are missing presence of your card entry in our daily statement. Hope your wife is keeping good health. And her absense is purely due to some family engagements and not related to any of her health issue. Our best wishes to her and we hope that she will be back to daily marketting very soon.

बायकोची विचारपूस केल्याबद्दल बँकेला धन्यवाद देण्याचा मॅसेज बँकेला पाठवावा असा विचार मनात आला, पण तशी काही सोय दिसली नाही. मी हा मॅसेज बायकोला दाखवला. बँक आपल्या तब्येतीची इतकी काळजी करते हे बघून बायको खुश झाली.

दोन आठवड्यांनी मुलीकडचा मुक्काम संपवून आम्ही घरी परतलो. दुसऱ्या दिवसापासून बायकोचे नव्या उत्साहाने रोजचे संध्याकाळचे फिरणे आणि मार्केटिंग सुरु झाले, कार्डाचा वापर सुरु झाला, आणि बँकेचे रोज संध्याकाळी अलर्ट येणे सुरु झाले.

बँक खुश - बायको खुश - आणि मी पण खुश !

मी कशामुळे खुश ते सांगा. आणि डेबिट कार्ड कुठल्या बँकेचे असेल, ते सांगा...

(बँकेचे मेसेज नेहमी इंग्रजी मधे असतात म्हणून ते तसेच्या तसे दिले आहेत)

ऊनपाऊस - एक गमतीशीर अनुभव : आजकाल बऱ्याच वेळेला गावाच्या एका भागात पाऊस असतो आणि एका भागात ऊन असतं.

एक दिवशी मी कर्वेनगरच्या घरातून बाहेर उन आहे म्हणून फिरायला बाहेर पडलो. वारजे च्या जवळ पोहोचलो आणि बघतो तर समोर मुसळधार पाऊस, आणि मी चालत होतो तिथे ऊन. अजून थोडे पुढे गेलो, तर रस्त्यावर एका स्पॉट पाशी एका साईडला जोरदार पाऊस आणि एका साईडला उन.

मी बरोबर बॉर्डरवर दोन्ही हात बाजूला आडवे करून उभा राहिलो. एका हातावर पाऊस पडत होता आणि ती बाजू पूर्ण ओली झाली होती आणि एका हातावर उन होतं आणि तो भाग पूर्ण कोरडा होता.

मला बघून रस्त्यावरचे काही लोक हा आगळावेगळा आनंद घेण्याकरता माझ्या मागेपुढे आडवे हात करून बॉर्डरवर उभे राहिले. काही लोक स्कूटर वरनं खाली उतरले आणि उभे राहिले. वारजे साईडचे पण लोक आले आणि उभे राहिले पण ते आधीच पूर्ण ओले झालेले होते. हा ऊन पाऊस आनंद घेत सगळे मोठमोठ्याने हसत होते आणि आरडाओरडी करत एन्जॉय करत होते.

उन्हाकडे असलेल्या काही लोकांनी फोटो पण काढले. फिर ऐसा मौका कब मिलेगा ये तो भगवान ही जाने. I enjoyed that moment.

पुन्हा असा चान्स मिळाला आणि तुम्हाला बोलावलं तर येणार का ?

फिरतांनाची मज्जा - रस्त्यावर नारळ
(भाग १)

आज सकाळचं घरामधलं माझं रुटीन संपलं, विचार केला जरा कटिंग करून यावं. बायकोला सांगून बाहेर पडलो.

जातानाचा रास्ता ३-४ बंगलेवजा सोसायट्यांमधून जातो. थोडं पुढे गेलो आणि रस्त्यावर मधे एक नारळ पडलेला दिसला. नारळ वाळलेला आणि खराब झालेला दिसत होता.

विचार केला - नारळ उचलून रस्त्याच्या बाजूला ठेवावा म्हणजे मोबाईल बघत बघत किंवा गप्पा मारत चालणाऱ्या कुणाला ठेच लागणार नाही. रस्त्याच्या दोन्ही बाजूला बंगल्यांची तारेची कंपाउंड होती. नारळापर्यंत पोहोचलो, नारळ उचलला

आणि रस्त्यावरच्या डावीकडच्या कम्पाऊंडशी ठेवला आणि तेवढ्यात त्या बंगल्यामधल्या मॅडम बाहेर व्हरांड्यामधे आल्या –

मॅडम : तुम्ही चांगले शिकलेले दिसताय

(मला वाटलं की मी रस्त्यावरचा नारळ बाजूला ठेवला म्हणून त्या माझं कौतुक करत आहेत. मी थँक्यू थँक्यू म्हणालो)

मॅडम : तुम्ही आमच्या कंपाउंडशी कचरा टाकताय, ही कचरा टाकायची जागा नाही आहे

(म्हणजे त्यांनी मला शिकलेले दिसताय म्हणणे हा त्यांचा टोमणा होता हे लक्षात आले)

मी : मॅडम मी हा नारळ घरून आणलेला नाही. चालताना हा नारळ इथे रस्त्यावर पडलेला दिसला, विचार केला कुणाला चालणाऱ्या माणसाला ठेच लागू शकते आणि तो पडू शकतो. स्कूटरचं चाक त्याच्यावरून गेलं तर स्कूटर स्लीप होऊ शकते, अपघात होऊ शकतो. परवा रस्त्यावरती कुणाची तरी पाण्याची बाटली पडली होती. एका स्कूटरचं चाक बाटली वरून गेलं, आणि गाडी स्लीप झाली. म्हणून मी हा नारळ उचलून बाजूला इथे ठेवला.

पूर्वी रस्त्याच्या बाजूला काही अंतरावर कचराकुंडी असायची. तशी असती तर मी नारळ उचलून कचराकुंडीत टाकला असता. आता परदेशाचं अनुकरण आणि स्वच्छतेच्या नावाखाली सगळ्याच कचरा कुंड्या काढून टाकल्या आहेत. मी सुरक्षितता म्हणून रस्त्यावरचा हा नारळ बाजूला ठेवला होता

मॅडम : मला या स्टोऱ्यांमध्ये काही इंटरेस्ट नाही. तुम्ही इथून नारळ उचला.

मी : मॅडम मी घराकडे चाललो असतो, तर नारळ घरी नेला असता आणि तिथे कचऱ्याच्या बादलीत टाकला असता. पण मी चालतोय कटिंगच्या दुकानात. तिथे हा नारळ कसा ठेवणार

मॅडम : तुम्ही नारळ ठेवलाय, तुम्ही तो उचला

(मी विचार केला - नारळ उचलणे हा एकच पर्याय आहे)

मी नारळ उचलला. नारळ उचलतांना मॅडम च्या चेहेऱ्यावर स्मितहास्य बघितलं आणि नारळ उजवीकडच्या कंपाउंडशी नेऊन ठेवला कारण तिथलं दार बंद होतं. मी वाकून नारळ ठेवला आणि सरळ होतोय तेवढ्यात त्या बंगल्यामधल्या मॅडम दार उघडून व्हरांड्यामधे आल्या.

आणि माझ्याकडे बघून हिस्टरी रिपिट्स म्हणजे डावीकडच्या मॅडमबरोबर झाली तीच डायलॉग बाजी पुन्हा झाली.

आता माझ्यापुढे एकच पर्याय होता - मी नारळ उचलला, उचलतांना त्या मॅडमच्या चेहेऱ्यावर पण मंद स्मित हास्य बघितलं, आणि नारळ होता तिथे म्हणजे रस्त्यावर ठेवला. ठेवतांना मी नारळाला नमस्कार केला आणि विनंती केली, कि कुणाला ठेच लागणार नाही / कुणाला इजा होणार नाही याची काळजी घे.

आणि मी चालायला लागलो. (मी रोज प्रयन्त करतो तो माझ्या गुरूंचा संदेश मला आठवला - तुला रोज कमीतकमी चार जणांच्या चेहेऱ्यावर स्मितहास्य आणता आलं पाहिजे. आज चार पैकी दोन आत्ताच झाले होते.)

मी चाललो पुढे होतो आणि मधून मधून मागे वळून पहात होतो. दोन्ही मॅडम व्हरांड्यामध्ये उभ्या राहून बहुदा माझ्याविषयीच बोलत असाव्यात. तेवढ्यात मागून एक बाईक जोरात आली आणि काहीतरी फेकल्या गेल्याचा आवाज आला.

बाईकचं पुढचं चाक नारळाला बाजूनी घासल्यामुळे नारळ डावीकडे जोरात फेकल्या गेला होता आणि डावीकडच्या तारेच्या कम्पाउंडमधून आत गेला होता. बाईकवाल्यानी गाडी थोडी स्लो केली आणि तो निघून गेला. डावीकडच्या मॅडमनी बाईकवाल्याच्या नावानी काय आरडाओरड केली / नारळ पुन्हा रस्त्यावर नेऊन ठेवला का ? / किंवा नारळाचं काय केलं, हे सगळं नारळचं सांगू शकेल ! जर परत जातांना नारळाची भेट झाली तर ....

(*आपल्याला येणार प्रत्येक अनुभव आपल्याला काहीतरी शिकवत असतो / तात्पर्य सांगत असतो. या अनुभवावरून काय तात्पर्य काढावं हे माझ्यातरी लक्षात येत नाही. तुम्हाला काही क्लिक होत असेल तर मला जरूर कळवा*)

गाणी म्हणणं टॉनिक आहे

आपण सगळेचजण दिवसभर या ना त्या कामात बिझी असतो. ताणतणाव असतात, बाचाबाची असते, कुठेतरी नाराजी असते, आरडाओरडी असते, वगैरे वगैरे. आणि या सगळ्यांमध्ये मन सतत आनंदी ठेवण्याकरता मधून मधून आवडीची गाणी गुणगुणणं, गाणी म्हणणं, गाणी ऐकणं, हे एक सुंदर आणि अगदी सोपं आणि हिंडता / फिरताना, काम करताना घेण्यासारखं असं टॉनिक आहे. यामुळे मन २४×७ प्रसन्न राहतं.

राज कपूर, देवानंद, दिलीपकुमार, मधुबाला, वैजयंतीमाला, अशा कलाकारांची गाणी ऐका, म्हणा आणि टॉनिकचा अनुभव घ्या . . . .

फिरतांनाची मज्जा – रस्त्यावर नारळ
(भाग २)

आपल्याला अनुभव देणाऱ्या घटना नेहेमीच अधून मधून घडत असतात आणि त्या त्या वेळी घटना संपतात आणि विषय संपतो. काही घटनांचे मात्र शेपूट राहिलेले असते आणि आपल्याला ते माहित नसते.

रोजच्या प्रमाणे काल संध्याकाळी ५ ला फिरायला बाहेर पडलो. परवा सकाळी कटिंग करण्याकरता ज्या रस्त्यानी गेलो होतो, तिकडेच नकळत पाय वळले. इकडे तिकडे बघत बघत मस्त फिरत होतो, आणि काल रस्त्यावर जिथे नारळ पडला होता तिथे पोहोचलो. माझ्या डोळ्यासमोर तो नारळ दिसायला लागला, मी तो उचलून डावीकडे ठेवतोय / उजवीकडे ठेवतोय ते दिसायला लागले / आणि डावीकडच्या आणि उजवीकडच्या मॅडम दिसायला लागल्या / त्याचे बोलणे कानात फिरायला लागले, आणि मी तंद्रीमधुन बाहेर आलो.

आणि बघतो तर कालच्या दोन्ही मॅडम व्हरांड्यामध्ये उभ्या होत्या आणि एकमेकांशी बोलत होत्या. विचार केला त्यांचे अजून काही राहिलेले बोलणे ऐकण्यापेक्षा मागे फिरावे. पण अंतर्मन म्हणाले - पुढे चल.

कालच्या स्पॉटला पोहोचलो, आणि दोघींकडे आलटून पालटून बघत -
मी : नमस्कार, नमस्कार. कालचा राग गेला कां ?
आणि पुढे काही बोलणार एवढ्यात,
डावीकडच्या मॅडम : काका, सॉरी, कालचं माझं बोलणं चुकलंच. मी माझे शब्द मागे घेते.

तोपर्यंत उजवीकडच्या मॅडम त्यांच्या बंगल्यामधून बाहेर आल्या आणि डावीकडे आल्या आणि म्हणाल्या - काका, माझंपण काल जरा चुकलंच. आमच्या बंगल्यासमोर कुणी कचरा टाकतो म्हणजे काय ! हा अहंभाव जागा झाला आणि चुकीचे बोलल्या गेले.

डावीकडच्या मॅडम : काल बाईकचा धक्का लागून नारळ डावीकडे जोरात फेकला गेला, आणि बाइकवाल्यानी जोरात ब्रेक मारला. पण नशिबाने गाडी स्लिप झाली नाही. हे बघून मला हूश्श झाले. आणि माझी चूक माझ्या लक्षात आली.

उजवीकडच्या मॅडम : माझ्यापण माझी चूक लक्षात आली. बाईकवाले गाडी थांबवून २ मिनिट थांबले, रिलॅक्स झाले आणि पुढे गेले. नंतर आम्ही दोघी हेच बोलत होतो कि, काकांनी रस्त्यावरचा नारळ साईडला ठेवला होता, तो त्यांना उचलायला लावला नसता तर किती बरं झालं असतं. बाईक स्लिप झाली असती तर काय झालं असतं, हि कल्पनाच करवत नाही.

दोघी : आमचा बोलण्याचा टोन पण चुकीचा होता, त्याबद्दल पण सॉरी.

तेवढ्यात डावीकडच्या मॅडम त्यांच्या कंपाउंडच्या आत गेल्या आणि आतून गुलाबाच्या झाडांची ३ फुलं मला दिली आणि म्हणाल्या - कालची कडू आठवण विसरून जा.

मी त्यातलंच एक एक फुल दोघींना दिलं आणि म्हटलं - तुम्ही पण विसरून जा.

पुन्हा भेटू, आणि गप्पा मारू असे म्हणून बाय बाय झाले

मी : एक विचारू का ?

दोघी : जरूर

मी : मी या रस्त्यानी कधी फिरतांना कधी रस्त्यावर पडलेला नारळ दिसला, तर तुम्हाला न विचारता कुठल्याही कम्पाऊंडशी ठेवला तर चालेल ना ? नाहीतर ये रे माझ्या मागल्या, आणि माझ्यावर शब्दांचा भडीमार

डावीकडच्या मॅडम : काका, मी असं मानते, की, to err is human, and to re-err is totally un-human. म्हणजे तीच चूक पुन्हा कशी होणार माझ्याकडून

उजवीकडच्या मॅडम : काका, अगदी चालेल. कदाचित तशी वेळपण येणार नाही. कारण आम्हाला रस्त्यावर नारळ दिसला तर आम्हीच तो उचलून बाजूला ठेऊ.

यावर आम्ही तिघंही खळखळून हसलो आणि पुन्हा भेटू म्हणून मी मार्गाला लागलो.

(माझ्या गुरूंचा संदेश मला आठवला - तुला रोज कमीतकमी चार जणांच्या चेहेऱ्यावर स्मितहास्य आणता आलं पाहिजे. आजचे चार जण दुपारपर्यंतच पूर्ण झाले होते. म्हणजे आत्ताच्या दोघी मिळून ४ + २ = ६. टारगेट क्रॉस करण्याचा या दोघींमुळे छान आनंद मिळाला)

रोज थोडा तरी व्यायाम कराच करा --

जर आपण व्यायामासाठी वेळ काढत नसू तर कदाचित आपल्याला आजारपणा साठी वेळ काढावा लागेल, असे तज्ञ सांगतात.

आपल्या आवडीनुसार आपण कुठलाही व्यायाम निवडू शकतो. जिम करणे, योग करणे, ड्रिल चे व्यायाम, चालणे, पोहणे, पळणे, वगैरे, जेणेकरून शारीरिक हालचाल झाली पाहिजे. यामुळे ब्लड पंपिंग योग्य रीतीने होते, याचे अनेक फायदे आहेत. ते म्हणजे अधिक आत्मविश्वास, चांगला फोकस, मजबूत हृदय आणि बुद्धिमत्ता विकसित होणे.

व्यायाम हा मनाला ताजंतवानं ठेवण्याचा हुकुमी एक्का आहे, शरीराला व्यायाम करायला भाग पाडायचं, मन आपोआप ताळ्यावर येतं!

आपण बहुतेक जण व्यायाम करत असणारच, पण काही कारणामुळे बंद पडले असल्यास let us restart......

असं म्हणतात -- नाचते रहो, खेलते रहो, हसते रहो, और व्यायाम करते रहो, बाकी चिजे तो अपने आप होते रहेगी.

विचार आवडला का ???

Belated Happy Birthday to ----

मित्रमैत्रिणी / नातेवाईक / ओळखीचे यांना वाढदिवसाच्या शुभेच्छांची आपल्या सगळ्यांकडून देवाण घेवाण ही नेहेमीच सुरु असते. काही वेळा काहीतरी कारणामुळे आपण त्यादिवशी शुभेच्छा द्यायला विसरतो आणि मग आपण belated म्हणजे उशिरानी शुभेच्छा संदेश पाठवतो. माझे पण एका खास मित्राच्या बाबतीत असेच झाले ...

मी आज सकाळी आपल्या सगळ्यांच्या म्हणजे अगदी सगळ्यांच्या खास मित्राला Happy belated birthday अशा शुभेच्छा पाठवल्या. वाढदिवस काल होता २४ फेब्रुवारीला.

आणि आश्चर्य म्हणजे मित्राकडून लगेच म्हणजे अगदी दुसऱ्या क्षणाला - Thanks a lot. We will always be in touch. Keep smiling all the time. असे उत्तर पण आले.

कोण असेल असा हा आपल्या सगळ्यांचा कॉमन मित्र ? Any guess !

One . . . two .....   & three .....   लक्षात येत नाही ना !

अहो, आपल्या सगळ्यांचा म्हणजे - तरुण स्त्री-पुरुष, लहान मुलं मुली, वयस्कर स्त्री-पुरुष, अगदी तान्ही बाळं, असे सगळे सगळे आणि अशा सगळ्यांना रोज दिवसातून अनेक वेळेला भेटणारा आपला जवळचा मित्र म्हणजे व्हॉट्सअप. त्याचा २४ फेब्रुवारी ला वाढदिवस असतो.

Brian Action आणि Jan Koum यांनी २००९ मधे WhatsApp या मित्राला जन्म दिला. आणि २४ फेब्रुवारीला कॅलिफोर्निया मध्ये त्याचे What's up असे नामकरण करण्यात आले.

व्हॉट्सअप ला मी शुभेच्छा पाठवल्यानंतर उत्तरादाखल व्हॉट्सअप नी सगळ्यांना सांगण्याकरता एक छोटासा संदेश पण मला पाठवला आणि लिहिले, की तुमचा संपर्क परिवार खूप मोठा आहे, त्या सगळ्यांना माझा हा संदेश अवश्य पाठवा, हा त्यांच्याच फायद्यासाठी आहे.

व्हॉट्सअप चा संदेश असा आहे - सुधीर आणि मित्रहो, माझ्या संपर्कात जरूर जरूर रहा. कुणाला काही महत्वाचे निरोप द्यायचे असतील, काही महत्वाची डॉक्युमेंट्स पाठवायची असतील, काही छान फोटो / व्हिडीओ शेअर करायचे असतील, शुभेच्छा द्यायच्या आहेत, मोकळ्या वेळेत मनसोक्त गप्पा मारायच्या आहेत, आमने सामने बोलायचे आहे, किंवा कुणाकडून काही छान माहिती तुम्हाला आली असेल तर ज्यांना ती उपयोगी होईल अशांना ती शेअर करा, वगैरे, अशाकरिता मला अवश्य बोलवा. 24 * 7 तुम्ही क्लिक केलं कि यायला मी तयार आहे.

पण एक सच्चा मित्र म्हणून माझी एक विनंती आहे. तुमची तब्येत छान राहावी / घरच्यांशी घरामधे सगळ्यांशी छान संवाद असावेत, वगैरे या करता काही पथ्य मात्र आपण अवश्य पाळावीत, अशी माझी विनंती आहे.

ती पथ्य अशी आहेत - कुठलीही गाडी चालवत असाल तर तेव्हा मला बोलवू नका. वॉकिंग करत असाल, ऑफिसचे काम करत असाल, अभ्यास करत असाल, टॉयलेट मध्ये असाल, पूजा करत असाल, जेवत

असाल, तर अशा वेळेस मला बोलावू नका. गादीवर आडवे असाल तर मला बोलावू नका, तुमच्याकडे तुम्हाला कुणी भेटायाला आले असेल, तर मला बोलावू नका. कुणाकडून काही माहिती / व्हिडीओ / फोटो तुमच्याकडे आले तर ते धडाधड सगळ्या ग्रुपवर फॉरवर्ड करू नका. कुणाला ते पाठवावेत यावर थोडा विचार करा आणि मगच ते आवश्यक त्या ठिकाणी फॉरवर्ड करा. आणि महत्वाचे म्हणजे मला बोलावण्याचा अतिरेक तर नक्कीच टाळा.

जेंव्हा असा अतिरेक होतो तेव्हा तुम्ही शरीराची काहीही हालचाल न करता एका ठिकाणी तासंतास बसून असता किंवा बेडवर आडवे असता. यामुळे आजार वाढतात, डोळ्यांवर ताण पडतो, आणि रेडिएशन चा त्रास तर वेगळा होतोच.

माझी फेसबुक, गुगल, युट्युब, इंस्टाग्राम या माझ्या मित्रांशी नेहेमीच भेट होत असते. मी वर जे माझे मनोगत मांडले आहेत, तेच त्यांचे पण विचार आहेत. यावर जरूर जरूर विचार करा.

तुम्ही मला वाढदिवसाच्या शुभेच्छा पाठवल्या त्याबद्दल खूप खूप धन्यवाद आणि त्यामुळे आपला चक्क एकमेकांशी असा छान आणि वेगळा संपर्क झाला. त्यामुळे आय एम व्हेरी हॅपी. माझी "मन की बात" पण मला तुमच्याबरोबर शेअर करता आली. आणि तो एक वेगळाच आनंद पण मला मिळाला.

तुमच्या मित्र मैत्रिणींना / नातेवाईक मंडळींना माझे मनोगत जरूर सांगा. त्यांना नक्कीच त्याप्रमाणे बदलायला आवडेल. शेवटी - "पसंद अपनी अपनी खयाल अपना अपना" हे तर आहेच !
चलो, बाय बाय सुधीर . तुमचा मित्र - व्हॉट्सअप

मंडळी व्हॉट्सअप नी पाठवलेला संदेश आपल्याच फायद्याचा आहे. आपण सगळे जण यावर जरूर विचार करू आणि अंमलात आणूच आणू. आपल्या सगळ्या ग्रूप्स वर पण जरूर फॉरवर्ड करा.

* * * * * * * * * * * * * * * * * *

मजेशीर गप्पा - मांजरीशी / कावळ्यांशी / फुलझाडांशी

(१) मांजरीशी गप्पा

आज सकाळी नऊ वाजता घरासमोरच्या रस्त्यावर फेऱ्या मारत होतो. रस्त्याच्या डावी उजवीकडे बंगले आहेत आणि त्यांची कंपाउंड आहेत. मांजरींची सारखीच इकडून तिकडे ये जा सुरू असते. मी चालत होतो आणि डावीकडच्या कंपाउंड मधून एक मांजर बाहेर येत होती. तिला रस्ता क्रॉस करून पुढच्या कंपाउंड मध्ये जायचे होते. तिला जाऊ द्यावे म्हणून मी उभा राहयलो. मांजर पण उभी राहिली. कुणीच हलेना हे बघून मी मांजरीला म्हणालो - तुम्ही जा पलीकडे मी थांबलोय.

मांजर : तुमच्यामध्ये मांजर आडवी जाण्याला अपशकुन मानतात ना. म्हणून मी थांबले आहे.

मी : ठीक आहे मी आधी जातो

मांजर : नको नको. आमच्या मध्ये पण चालताना माणूस आडवा जाणे याला अपशकून मानतात. आता यातून काय मार्ग काढावा हेच लक्षात येत नाही.

मी म्हटलं - मी मागे फिरतो. मग तुम्ही क्रॉस करा..

मांजर : मानलं तुम्हाला. तुम्ही अगदी विन विन सिच्युएशन मार्ग काढला.

मी अबाउट टर्न केले आणि दोन पावलं मागे गेलो. तेवढ्यात मांजरीने रस्ता क्रॉस केला.

मी पुन्हा अबाउट टर्न केले. मांजर उजवीकडच्या कंपाउंड शी उभी होती.

दोघांचे एकमेकांना बाय-बाय झाले. मी हात हलवून बाय केले, मांजरीने एक पाय वर करून पायाने बाय बाय केले आणि आम्ही मार्गस्थ झालो........

(२) कावळ्यांकडून मला हॅपी न्यू इयर

मी रोजच सकाळी घराच्या वरच्या टेरेसवर नऊच्या सुमारला जातो. व्यायाम करत करत वरच्या आकाशाकडे बघताना / झाडांकडे बघताना आणि त्यांच्याशी आणि स्वतःशी गप्पा मारताना मजा येते, ऊन पण छान असतं त्यामुळे डी विटामिन पण मिळतं.

मधून मधून २-४ कावळ्यांची गच्चीत जा ये असते / थोडी काव काव असते. मी पण त्यांना हाय, हॅलो, हाऊ आर यू, वगैरे म्हणतो, मजा येते.

आज नवीन वर्षाचा पहिला दिवस असल्यामुळे सकाळी सकाळी बऱ्याच जणांचे फोन झाले / मॅसेजेसची देवाण घेवाण झाली. आणि रोजच्या प्रमाणे मी ९ ला वरच्या टेरेसवर गेलो. आणि थोड्याच वेळात एकदम भरपूर कावळे गच्चीतल्या कठवड्यावर जमा झाले. आणि सगळेच कावळे जोरजोरात काव- काव- काव- काव एका विशिष्ट सुरात करायला लागले. मी पण थोडा बोलायचा प्रयत्न केला. पण त्यांची नॉन स्टॉप काव काव थांबेचना.

मनात विचार आला की असा प्रकार आधी कधी झाला नव्हता. २-४ कावळे नेहमी यायचे थोडी काव काव करायचे, आमचे हाय, हॅलो, व्हायचे आणि ते जायचे. आणि अशी जा ये रोजच सुरू असायची.

आज नॉन स्टॉप काव काव आणि ते पण गच्चीत इतके कावळे एकदम आले आहेत, कशामुळे/ काय कारण असेल, असा विचार करत होतो. सगळ्यांची विशिष्ट टोन मध्ये जोरात काव काव सुरूच होती. काय कारण असेल ! काय कारण असेल ! असा विचार करताना एकदम डोक्यात ट्यूब पेटली ~~~

अरे - बहुदा यांना मला हॅपी न्यू इयर म्हणायचं असावं. आणि त्यांच्या भाषेत एका सुरात सगळे काव काव करत ते मला शुभेच्छा देण्याचा प्रयत्न करत असावेत.

लगेच मी सगळ्या कावळ्यांकडे बघत थँक्यू थँक्यू म्हणालो आणि तुम्हाला पण सगळ्यांना हॅपी न्यू इयर असं म्हटलं, आणि

गंमत म्हणजे अशा रीतीने हॅपी न्यू इअर शुभेच्छांची आमच्यामधली देवाण घेवाण पूर्ण झाली आणि एकदम सगळे कावळे एका वेगळ्या टोन मध्ये काव काव म्हणजे थँक्स थँक्स म्हणत आनंदात निघून गेले.

अशा रीतीने नवीन वर्षाची अशी पण एक आगळीवेगळी आणि कल्पनेच्या बाहेरची छान सुरुवात आज झाली . . .

(३) फुलझाडाशी संवाद

आपल्या सगळ्यांच्याच घरात कमी जास्त प्रमाणात धार्मिक वातावरण हे असतेच असते. काही घरांमध्ये देवघर असतं तिथे देवांची पूजा होते, काही घरांमध्ये भिंतीवर देवांचे फोटो असतात / गुरूंचे फोटो असतात त्यांची पूजा होते.

या पूजेकरता काही जणांच्या बालकनीमधल्या कुंडीमध्ये फुलं असतात, काही जणांच्या बागेत फुलं असतात, किंवा काही जण बाहेरून फुलांची पुडी विकत आणतात. देवाला फुलं वाहिली की घरातलं वातावरण एकदम प्रसन्न राहतं आणि मन पण प्रसन्न होतं.

मला निरनिराळ्या झाडांची आणि रंगांची फुलं खूप आवडतात. आणि आमच्या बागेत छान छान फुलं नेहमीच उमलत असतात.

आमच्या घराच्या दाराच्या बाहेरच्या बाजूला गणपतीचा छान फोटो आहे. मी रोज सकाळी बागेत फेरफटका मारताना गुलाबाचं एक छान फुल तोडतो आणि ते गणपतीला वाहतो. कधी जास्वंद, जाई जुई ही फुलं वाहतो. सदाफुलीची पण खूप झाडं बागेत आहेत, पण सदाफुलीचे फुल देवाला वाहत नाहीत असं म्हणतात. म्हणून ती फुलं मी कधीच वाहत नव्हतो.

चतुर्थीचा दिवस होता. विचार केला आज मस्त गुलाबाचं फुल गणपतीला वहावं.

सकाळी बाहेर बागेत आलो, आणि बघतो तर गुलाबाला एकही फूल नव्हतं. बघितलं तर जास्वंदीला फूलं नाहीत, जाई जुई ना फुलं नाहीत. सदाफुली मात्र नावाप्रमाणे सदा फुललेली असतेच आणि होती.

गुलाबाच्या झाडाकडे बघितलं आणि मनात विचार आला, की, आज कुठल्याच झाडांना फूलं कशी नाहीत ! काय कारण असेल ?

तेवढ्यात कुणीतरी बोलतय असा भास झाला. आवाजाचा टोन एकदम वेगळा होता. कोण बोलतंय म्हणून मी इकडे तिकडे बघत होतो. आणि गुलाबाच्या झाडावर लक्ष गेलं. आणि आता स्पष्ट ऐकू आलं -

मी गुलाबाचं झाड बोलतोय.

झाड बोलतय हे ऐकून मी गडबडलो, स्वतःच्या हाताला चिमटा घेऊन बघितला आणि शुद्धीवर असल्याची खात्री केली.

गुलाबाचे झाड : सगळ्याच झाडांना असं वाटतं की आपली फुलं देवाच्या चरणी अर्पण व्हावीत.

मी : अगदी बरोबर. म्हणूनच मी रोज निरनिराळ्या झाडांची फुले देवाला रोज वाहत असतो.

गुलाबाचे झाड : बरोबर आहे, पण मग सदाफुली चे झाड का वगळतो. सदाफुली च्या झाडाला पण मनात वाटत असतं की आपली फुलं देवाच्या चरणी जावीत. पण तुमच्या काही चुकीच्या समजुतींमुळे तुम्ही त्यांना त्यांच्या आनंदा पासून कायम दूर ठेवत असता.

आणि हे नक्कीच चुकीचे आहे. आणि म्हणूनच आम्ही सगळ्या झाडांनी आज ठरवलं की आज कुठल्याच झाडाला फुल उमलणार नाही, सदाफुली सोडून.

मी : माझे डोळे उघडल्या बद्दल धन्यवाद. आज मी सदाफुलीचे फुल चतुर्थीच्या दिवशी गणपतीला वाहतो.

गुलाबाचे झाड : वा छानच. आणखीन एक गोष्ट सांगायची आहे. झाडाची खाली पडलेली फुलं जर ताजी दिसत असतील तर, झाडाची फुलं तोडण्या ऐवजी, खाली पडलेली ताजी फुलं आधी देवाला वाहत जा.

आपली फुलं देवाच्या चरणी जावीत, असं सगळ्या झाडांना वाटत असतं, पण जास्तीत जास्त वेळ ती आपल्याच कडेवर असावीत, असं पण प्रत्येक झाडाला वाटत असतंच.

मी : सर्व झाडांना माझा नमस्कार. यापुढे मी सगळ्या झाडांची फुले आलटून पालटून देवाला वाहीन. आणि खाली पडलेली फुले जर छान ताजी असतील तर आधी ती मी देवाला वाहीन हे नक्की.

नमस्कारची देवाण-घेवाण झाली आणि संवाद संपला.

मी सदाफुलीचे खाली पडलेले फूल उचलले, आणि गणपतीच्या फोटोला वाहीले. आणि डोळे मिटून गणपती बाप्पांना नमस्कार केला. आणि आश्चर्य म्हणजे मला बाप्पांच्या चेहऱ्यावरती आणि सदाफुलीच्या झाडाच्या चेहऱ्यावरती प्रसन्नता दिसली....

इंग्रजी प्रार्थना -

आज सकाळी एका मित्राशी गप्पा मारताना मित्र म्हणाला -
मी रोज सकाळी एक श्लोक म्हणून देवाची प्रार्थना करतो. पण श्लोकाचा अर्थ नीट माहीत नसतो. त्यामुळे प्रार्थना म्हणण्यात मनापासून मजा येत नाही. इंग्रजीमध्ये देवाची काय प्रार्थना करता येईल.

मी थोडा विचार केला आणि त्याला अशी प्रार्थना सुचवली -

Hey God, let my mind and all parts of my body always remain and grow as per your original design for human body.
And let this logic apply to everyone on the earth.

मित्र एकदम खुश झाला. म्हणाला,अरे, एकदम सोपी आहे आणि अर्थपूर्ण तर आहेच आहे. आणि त्यानी मला ही प्रार्थना लगेचच म्हणून पण दाखवली.
असं म्हणतात देवाला प्रार्थना आपण कुठल्या भाषेत करतो ते महत्त्वाचं नसतं. महत्त्वाचं असतं - प्रार्थना मनापासून पाहिजे आणि प्रार्थनेचा अर्थ आपल्याला समजला पाहिजे.

जागतिक हास्य दिवस

मे महिन्याचा पहिला रविवार. काय खासियत असते याची सांगा बरं !

सकाळी सकाळी कॉलेज मैत्रीण छाया हिचा फोन आला - अरे आज काय खास आहे, ते विसरला का ? दरवर्षी तुझा या दिवशी मला पहिला फोन असतो आणि आपण जोरदार हसत सुटतो.

मी : विसरलो मुळीच नाही. मी तुला फोन करणार एवढ्यात शाळेतल्या एका मैत्रिणीचा जागतिक हास्य दिन म्हणून फोन आला. मग बराच वेळ आमचे हसणे आणि बोलणे सुरू होते. तो फोन संपला आणि मी तुला फोन लावणार तेवढ्यात तुझा फोन आला.

छाया : ठीक आहे. पण पुढच्या वर्षी पहिला फोन आणि पहिलं बोलणं माझ्याशीच झालं पाहिजे. चलो, let us start laughing.

आणि आमचे हसणे आणि गप्पा सुरू झाल्या .....

मंडळी, जागतिक हास्य दिवस म्हणून एकच दिवस न हसता, आपण रोजच काहीतरी कारण शोधून, निमित्त शोधून, हसायलाच पाहिजे.

असं म्हणतात -

* life is worth living as long as there is laugh in it
* a day without laughter is a day wasted
* laughter is good for health and it is one of the best medicines in the world

एवढे सगळे फायदे असूनही लोक हसत नाहीत, यावर मुंबईचे डॉक्टर कटारिया यांनी १९९८ साली एक सोपा तोडगा काढला. आणि तो म्हणजे दरवर्षी मे महिन्याच्या पहिल्या रविवारी जागतिक हास्य दिवस साजरा करायचा. त्यांनी असा विचार केला की एक दिवस सगळ्यांनीच हसल्यामुळे सगळ्यांना त्यामध्ये मिळणारा आनंद समजेल आणि लोक हळूहळू रोजच हसायला लागतील. जगामधल्या जवळजवळ ७० देशांमध्ये याच दिवशी हास्य दिन साजरा केला जातो.

हसण्यामुळे --
* मनावरचा ताण कमी होतो   * आपली रोगप्रतिकार शक्ती वाढते
* हार्ट अटॅक चा धोका कमी होतो   * चेहऱ्यावर चमक येते

आणि आणखीन एक खूप छान महत्त्वाचा फायदा म्हणजे - smile is a spiritual perfume you spray on others.

आता तुम्ही म्हणाल - नुसत्या हसण्यामुळे एवढे फायदे होतात तरी कसे ? मेडिकल सायन्स याचे उत्तर देते ते असे -

आपण हसायला लागलो की आपल्या मेंदू मधून डोपामाईन, सेरोटीनीन, ऑक्सीटोसिन हे फील गुड हार्मोन्स रिलीज होतात आणि त्यामुळे मन प्रसन्न होते.

तसेच हसण्यामुळे मेंदू मधून एंडोर्फिन्स हे हार्मोन्स पण रिलीज होतात, आणि हे नॅचरल पेन किलर चे काम करतात. त्यामुळे स्ट्रेस कमी होते.

हे विचार जर पटले तर कोणीही हे पॅकेज एक दिवस घेऊन थांबणार नाही, हे नक्की.

आणि हे फ्री पॅकेज रोजच मिळवण्याकरता सगळीच मंडळी रोजच हसणार हे पण तेवढेच नक्की.

काही जणांकडून एक प्रश्न असाही येऊ शकतो, कि - आजकाल घरामध्ये काय, किंवा ऑफिसमध्ये काय, किंवा मित्रांबरोबर काय, जेवढ्यास तेवढे बोलणे / कामापुरते बोलणे, एवढेच होत असते. अघळपघळ गप्पा आणि हसणे, हे कधीच होत नाही. नेपोलियन यांच्या डिक्शनरी मधून जसा त्यांनी अशक्य शब्द बाद केला होता, तसाच आपल्या डिक्शनरी मधून हसणे हा शब्द बाद होत चालला आहे आणि त्यामुळे हसायला कारणच मिळत नाही, तर काय करू?

यावर पण सोपे उत्तर आहे, ते असे -

विनोद ऐकून हसता येतं (युट्युब, फेसबुक वगैरेंची मदत सहजपणे मिळू शकते), विनोदी वाचन करून हसता येतं, विनोदी सिनेमा बघून हसता येतं, लहान मुलांशी खेळताना हसता येतं, मित्र-मैत्रिणींशी गप्पा मारताना मनसोक्त हसता येतं (माझं रोजचं भरपूर हसणं याच माध्यमातून होत असतं), माझी दोन पुस्तके "म्हैस" आणि "काही आहे का ? काही आहे का?" ही ॲमेझॉन वर प्रकाशित झाली आहेत. त्यातल्या गोष्टी वाचून

भरपूर हसता येईल आणि अगदीच नाही तर आरशामध्ये स्वतःकडे बघून पण हसता येतं. आणि ते पण जमत नसेल तर मला फोन करा,आपण भरपूर हसू.

काही जणांना आपण हसल्यामुळे आपले पिवळे दात दिसतील, अशी भीती वाटणे साहजिक आहे, कारण "हसतील त्याचे पिवळे पिवळे दात दिसतील" ही म्हण लगेच त्यांच्या मनात येणार. या कारणाकरता डिस्टर्ब होण्याचं काहीच कारण नाही.

मी लिहिलेला "चूळा भरूया आणि निरोगी राहूया" हा लेख जरूर वाचा,आणि त्यामध्ये डॉक्टरांनी सुचवले आहे त्याप्रमाणे चूळा भरा, म्हणजे दात दाखवायची भीती तर वाटणार नाहीच, उलट हसून आपले स्वच्छ दात दाखवावेत असे वाटेल.

चला तर मग, आता कुठलेही कारण न शोधता,

        start 1.... 2...   3..   &   4

   हा हा हा हा

      हा हा हा हा हा हा

         हा हा हा हा हा हा हा हा हा हा . . . . . .

(* conditions apply - कोणत्याही व्यक्तीवर कधीही हसायचे नाही)

|| समाप्त ||
सगळेच लेख आवडले असतील अशी आशा करतो
धन्यवाद आणि शुभेच्छा